అతిగా వచ్చే ఆలోచనలను నివారించండి

అతిగా వచ్చే ఆలోచనలను నివారించండి

వర్తమానంలో ఉండడం, ప్రతికూలతను ఎదుర్కోవడం, ఒత్తిడి, ఆందోళనలనుంచి ఎలా బయటపడాలి!

నిక్ ట్రెంటన్

తెలుగు అనువాదం: **ఆకురాతి భాస్కర్ చన్ద్ర**

MANJUL

మంజుల్ పబ్లిషింగ్ హౌస్

First published in India by

MANJUL

Manjul Publishing House
Corporate and Editorial Office
• 2nd Floor, Usha Preet Complex, 42 Malviya Nagar, Bhopal 462 003 – India
Sales and Marketing Office
• C-16, Sector 3, Noida, Uttar Pradesh 201301 – India
Website: www.manjulindia.com
Distribution Centres
Ahmedabad, Bengaluru, Bhopal, Kolkata, Chennai,
Hyderabad, Mumbai, New Delhi, Pune

Telugu translation of *The Overthinking Cure* by *Nick Trenton*

This edition first published in 2024

ISBN 978-93-5543-822-5

Translation by Bhaskar Chandra Akurathi

Printed and bound in India by Repro India Limited.

విషయాలు

1. అంతా మన దృక్కోణంలో ఉంది 7

2. రంగులరాట్నం నుండి అడుగు బయట పెట్టడం 29

3. మేథో పునః నిర్మాణ కళ 61

4. మన దగ్గర ఉన్నది "వర్తమానం" 85

5. నలుపు లేదు, తెలుపు లేదు 105

అధ్యాయాల సారాంశం 129

అధ్యాయము 1

అంతా మన దృక్కోణంలో ఉంది

సానుకూలత – ప్రతికూలత

"జీవితం అంటే 10% మీకు ఎదురయ్యే అనుభవం అయితే మిగిలిన 90% మీరు దానిని ఎలా ఎదుర్కొంటారనేదే"

— **జాన్ మాక్స్వెల్**

నెమ్మదిగా, ప్రశాంతంగా, నిశ్చలంగా, నిబ్బరమైన మనసుతో వున్న వ్యక్తులు, అందరిలో కలిసి వున్నప్పటికీ ప్రత్యేకంగా కనిపిస్తారు. ఆ విధంగా వాళ్లు ప్రత్యేకంగా ఉండేందుకు కారణం ఏమిటంటే, వాళ్లు తమను తాము సంయమనంతో, నియంత్రణలో ఉంచుకోగలగడమే. మితిమీరిన ఆత్రుత, ఆందోళన కలిగిన వ్యక్తులు నిరంతరం గందరగోళంగా ఉంటారు. అయితే ప్రశాంతమైన వ్యక్తులు పూర్తిగా యిందుకు భిన్నమైన మనస్తత్వంలో ఉంటారు. ఈ మనస్తత్వం ఏమిటో, దానిని మీలో ఎలా పెంపొందించుకోవాలో మరింత నిశితంగా పరిశీలించేందుకు ఈ పుస్తకాన్ని ప్రారంభిద్దాం.

ఇక్కడ మనకు ఒక ఆసక్తికరమైన ప్రశ్న ఎదురౌతుంది: మీ జీవితం ఎవరి నియంత్రణలో ఉండాలి?

ఈ ప్రశ్నకు మనకు రెండు ప్రధాన సమాధానాలు దొరుకుతాయి: మీ జీవితంలో జరిగిన సంఘటనకు మిమ్మల్ని మీరు బాధ్యులుగా అంగీకరించడం, లేదా అందుకు మరొకరిని బాధ్యులుగా చేయడం. మీ జీవితం ఎలా సాగుతుందనే దానికి మీరే ప్రధాన కారణంగా ఉంటారు. సానుకూలత (Proactive) కలిగిన వ్యక్తులు వారి జీవితాన్ని మార్గనిర్దేశం చేయడానికి, జీవన మార్గాన్ని నిర్మించుకోవడానికి యితరులపై ఆధారపడకుండా తమకు తాముగా క్రియాశీల బాధ్యతలను తీసుకోవడమే కాకుండా, వారి పనులను వారు స్వయంగా చేసుకుంటారు. వారు తమ కార్యకలాపాల పరిధిపై దృష్టి పెట్టి తాము చేరవలసిన లక్ష్యాన్ని ఎలా సాధించాలనే దానిపై దృష్టి పెడతారు. అందువల్ల సహజంగానే వారి వైఖరి, సమస్యలను పరిష్కరించే విధానం, అవకాశాలను వెతకడంపై దృష్టి పెట్టే మానసిక స్థితిలో వారిని ఉంచుతుంది. క్లుప్తంగా చెప్పుకుంటే, వారు "స్వయంభువులు". వారి జీవిత మార్గాన్ని వాళ్లే నిర్మించుకునే నిర్మాతలు.

ఇప్పుడు దీనికి విరుద్ధంగా చెప్పుకుందాం: ప్రతికూలత (Reactive) కలిగినటువంటి వ్యక్తులను యిందుకు ఉదాహరణగా చెప్పుకోవాలి. వాళ్ల పేరులో సూచించినట్లుగానే, వీళ్లు ఇతర వ్యక్తుల చర్యలకు ప్రతిస్పందనగానూ, లేదా పరిస్థితులకు అనుగుణంగానూ పనులు చేస్తారు తప్ప, తమ సహజమైన భావాలకు, కోరికలకు తగినట్టుగా పనిచేయలేరు. వీళ్లు ఎప్పుడూ నిష్క్రియా భావంతోనూ, షరతులతోనూ, ఇతరులపై ఆధారపడే విధంగానూ ఉంటారు. అందువల్ల వాళ్లు వాస్తవంగా ఏమి "చేయాలనుకుంటున్నారో" అనే దాని కంటే ఏమి "చేయాలి" లేదా ఏమి చేయబడుతున్నారనే విషయం గురించి ఎక్కువ శ్రద్ధ చూపుతారు. నింద, అనిశ్చితి, మోసపోవడం, ప్రజలను ఆహ్లాదపరిచే శక్తి లోపించడం, అంతకు మించి, చేసే పనిపట్ల బాధ్యత లేకపోవడం అనేవి యీ మనస్తత్వానికి చెందుతాయి. అదే సమయంలో, ఇతర వ్యక్తులవల్ల కొన్ని భావోద్వేగాలు కలుగుతాయని లేదా ఇతరులు తమను ఏదైనా పని చేయమని బలవంతం చేస్తారనే నమ్మకంతో ఉంటారు.

ఇప్పుడు, మీరు ఏమి ఆలోచిస్తున్నారో నాకు తెలుసు! నిరంతరం సానుకూలత కలిగిన వ్యక్తిగా ఉండటం అసాధ్యం అనుకుంటున్నారా? ఎందుకంటే, మన జీవితం వందకి వంద శాతం మన నియంత్రణలో ఉండదు. ఇది ముమ్మాటికీ నిజం. సానుకూలత కలిగిన వ్యక్తిగా ఉండటం

అంటే, మీరు నిరంతరం మీ ధోరణిలో పనులు సాధిస్తారని అర్థం కాదు; ఇది ఒక విధంగా, మీ మనస్సు యొక్క ధోరణి, 'నేను తప్పుల నుండి నేర్చుకోవచ్చు' అని చెప్పే వైఖరి. 'నేను నా సామర్థ్యాన్ని ఉపయోగించగలను' 'నేను కొత్తగా ప్రయత్నించగలను'. వాస్తవానికి, చురుకుగా స్పందించే వ్యక్తులు ఫలితాలపై తమ ప్రభావం చూపనప్పుడు దానిని గుర్తించగలరు. అంతేకాకుండా వారు హాయిగా, నిరభ్యంతరంగా నియంత్రణను వదులుకోగలరు.

అందువల్ల, చురుకుగా స్పందిస్తూ ఉండటం అంటే ప్రపంచాన్ని మీకు నచ్చిన విధంగా రూపొందించడానికి మీరు అర్హులనీ, అందుకోసమే మీరు యీ లోకంలో ఉన్నారని అర్థం కాదు. అయితే, మీ స్వంత కార్యాచరణ పరిధి గురించి మీకు అవగాహన ఉంది. మీకు "అంతర్గత నియంత్రణ" ఉంది. మీకు నియంత్రణ లేదా బాధ్యత లేదని నిష్క్రియగా ఉండడం కంటే అడ్డంకులు, తప్పులతోనైనా చురుకుగా పాల్గొనడానికి మీరు సిద్ధంగా ఉన్నారు. చేసిన పని యొక్క ఫలితం, పరిణామం అనేది లెక్కలోనిది కాదు, పనిపట్ల మీరు చూపించే వైఖరి ప్రధానం.

సానుకూలత కలిగిన వ్యక్తులకు వారి చర్యలు, వారి భావాలు, వారి అంతర్గత వివరణలు తాము చేసే పనిపట్ల తామే బాధ్యత వహించాలని తెలియటం వల్ల, వారు తమ విలువలకు అనుగుణంగా ఉండే పరిస్థితులను సృష్టించేందుకు ప్రయత్నాలు చేస్తారు. ప్రతికూలత కలిగిన వ్యక్తి అయితే అన్ని విషయాలు తమకు అనుకూలంగా ఉంటాయని, లేదంటే ఇతరులు తమకు సహాయం చేస్తారని మౌనంగా గమనిస్తూ ఉంటారు. అయితే ఏదైనా కారణంవల్ల అలా జరగనప్పుడు వారు నిశ్శబ్దంగా ఆగ్రహం వ్యక్తం చేస్తారు. ఎదుటివారిపై నిందలు కూడా వేస్తారు.

సానుకూలత కలిగిన వ్యక్తులు వారికి అనుకూలమైన పరిస్థితులను వాళ్లే సృష్టించుకుంటారు. అలా చేయడానికి వారికి మాత్రమే సామర్థ్యం ఉందని వారికి తెలుసు. దీనికి కొంత అవగాహన, నిజాయితీ, ధైర్యం అవసరం. ఊహించని విపత్తులను భరించేంత పరిపక్వత కూడా కలిగి ఉంటారు. ఒకవేళ వారు విఫలమైతే, వారు మాత్రమే బాధ్యులనీ, ఎవరినీ నిందించరాదని కూడా వారికి తెలుసు.

మనం ముందు వేసుకున్న ప్రశ్నకు తిరిగి వెళ్దాం: మీ జీవితం ఎవరి నియంత్రణలో ఉండాలి? నిజానికి, ఇది మీపై ఆధారపడి ఉంటుంది!

మీ జీవితాన్ని మీరే స్వయంగా నియంత్రించుకోవచ్చు లేదా ఇతరులకు అప్పగించవచ్చు. అసలు విషయం ఏమిటంటే, మీ జీవితానికి బాధ్యత వహించేందుకు ఎవరూ మిమ్మల్ని ఒత్తిడి పెట్టరు. మీకు మీరుగా దానిని ఆహ్వానిస్తారు లేదా దానిని ఆహ్వానించడంలో విఫలమవుతారు.

అంతర్గత ప్రశాంతతను అనుసరించే వైఖరిని పెంపొందించడానికీ, వీటన్నింటికీ సంబంధం ఏమిటి? మీరు ఊహిస్తున్నట్లుగా, ప్రశాంతంగా, నిబ్బరంగా ఉండే వ్యక్తులు చురుకైన మనస్తత్వంతో పని చేస్తారు. వారు తమ పనులను నిర్వహించడంలో ఆత్మవిశ్వాసం, నమ్మకం కలిగి ఉంటారు. అందువల్ల కార్యనిర్వహణపట్ల ప్రశాంతంగా ఉంటారు. ఎదుటివాళ్లను తాము నియంత్రించుకోగలమని వారికి తెలుసు. కాబట్టి వారు ఎటువంటి పరిస్థితులలోనూ ఆందోళన చెందరు! వారు తమ కార్యకలాపాలలో పూర్తిగా బాధ్యత వహించినందువల్ల, ఎంపిక చేసుకునే అవకాశం ఎప్పుడూ ఉంటుందని వారికి తెలుసు. వాటి గురించి నిరంతరం తెలుసుకుంటూ తెలివైన ఎంపికలు చేసుకోగలరు. అందువల్ల తమ చుట్టూ సానుకూల పరిస్థితులు లేకపోయినప్పటికీ సాధ్యమైనంత ఉత్తమ ఫలితాలను పొందేందుకు వారు కృషి చేస్తారు.

మీరు ప్రతికూలతతో ఉన్నప్పుడు, మీకు యిలాంటి అంతర్గత భద్రత ఉండదు. మీ అదృష్టాన్ని యితరులు కలగజేస్తారని మీరు ఎదురు చూస్తుంటారు, లేదంటే అసమర్థంగా కూర్చుని వారు మీ కోసం ఎంచుకున్న దాని గురించి అసహనంతో ఉంటారు. ఇది సహజంగానే ఆందోళన కలిగించే విషయం. మీరు ఇతర వ్యక్తులు చూపించే దయ కోసం ఎదురు చూస్తున్నారు – నిజానికి అంతకంటే ఎక్కువ ఒత్తిడి ఏముంటుంది? మీరు పనిలో బాధ్యత వహించడం, పరిష్కారాలను కనుగొనడంలో మీ స్వంత సామర్థ్యాన్ని నమ్మలేని స్థితిలో ఉండటంవల్ల, ఎవరైనా వచ్చి వాటిని పరిష్కరిస్తారని ఎదురు చూస్తుంటారు. ఆశావాద నిరీక్షణతో సమర్థవంతంగా ఉండే అనుభూతికి బదులుగా, మీరు సహజంగానే నిరాశావాదులుగా మిగిలిపోయి రాబోయే ఇబ్బందుల కోసం ఎల్లప్పుడూ జాగ్రత్తగా ఉంటారు.

కాబట్టి, మనం నిజంగా ప్రశాంతంగా, నిబ్బరమైన వ్యక్తులుగా ఉండాలనుకుంటే ఏం చేయాలి? ప్రతికూలతతో కాకుండా సానుకూలతతో మనం ఎలా క్రియాశీలత వైపు వెళ్లడం ప్రారంభించాలి?

ఇతరులపై నిందలు వేయడం, ఫిర్యాదులు చేయడం మానుకోండి

ప్రతికూలత: ఇక్కడ విషయాలు, వ్యక్తులు, వాతావరణం, పరిస్థితులు నేను ఊహించినట్లుగా లేవు.

సానుకూలత: కార్య నిర్వహణ కోసం నేను చేయవలసిన పనులు ఏ విధంగా ఉండాలని కోరుకుంటున్నాను? అవి జరిగేందుకు నేను ఏం చేయబోతున్నాను?

ఎప్పుడైతే మీరు యితరులపై ఫిర్యాదు చేస్తారో మీకు మీరుగా ప్రతికూలతవైపు మొగ్గు చూపుతున్నారని అర్థం. మీరు బాధ్యత వహించరని ఇతరులకు మీరు కమ్యూనికేట్ చేస్తున్నారు. ఇతరులకు అనుకూలంగా మీ కార్య నిర్వహణను చేబడతారు. సానుకూలంగా ఉండేందుకు ఒక మార్గం ఏమిటంటే, ఫిర్యాదు చేసే చెడు అలవాటును నిర్దాక్షిణ్యంగా అణచి వేయటం! ఫిర్యాదు చేయడం వల్ల జరిగేది ఏమీ ఉండదు! మీరు యితరులపై అసహనం ప్రకటించిన తర్వాత మీరు కొంచెం హాయిగా ఉంటారని మీరు అనుకోవచ్చు, కానీ దానివల్ల నిజానికి మిమ్మల్ని మీరు మరింత బలహీనపరుచుకోవడమే జరుగుతుంది. అందువల్ల మీ ప్రవర్తన ఇతరులకు విసుగు తెప్పిస్తుంది.

దీనికి కాస్త అవగాహన అవసరం. మీరు చేయవలసిన విషయాల గురించి తర్జన భర్జనలు పడినప్పుడు మీరు మీ ఆలోచనలపట్ల నిజాయితీగా ఉండండి. మీ ఉనికిని కోలుపోకండి. ఆ సమయంలో మిమ్మల్ని మీరు ఒక ముఖ్యమైన ప్రశ్న వేసుకోండి:

ఈ పరిస్థితిలో నేను ఇక్కడ ఎలాంటి చర్య తీసుకోగలను?

ఇది మిమ్మల్ని క్రమమైన, సమస్య పరిష్కార దిశలో ఉంచుతుంది. మిమ్మల్ని రక్షించేందుకు ఎవరో వస్తారని ఎదురు చూడకండి; మీకు మీరుగా సహాయం చేసుకోగల మార్గాల గురించి ఆలోచించండి. మీరు చేయగలిగినంతా వెంటనే చేయండి. మీకు ఏదైనా నచ్చకపోతే, దానిని తక్షణమే మార్పు చేయండి

లేదంటే ఆ పరిస్థితి నుండి వైదొలగండి. ఈ విధంగా ఆలోచించండి: పని చేయకుండా ఉండటం కూడా ఒక ఎంపిక. మీరు పని చేసేందుకు ఇష్టపడని పరిస్థితిలో ఉంటే, అది ఎలాంటి సందేశం యిస్తుంది?

మీరు పని చేయలేకపోయినా సరే, అప్పటికీ మీరు మీ వైఖరిని ముందుగానే ఎంచుకోవచ్చు. మీరు అస్సలు స్పందించకూడదని నిర్ణయించుకోవచ్చు. మీరు అసౌకర్యమైన పరిస్థితుల్లో ఉన్నట్టుగా మీరు భావించడం అంటే, మీరు ఫిర్యాదు చేయాలని లేదా ఎవరినైనా నిందించాలని దీని అర్థం కాదు. మీరు పరిస్థితులకు ఎలా స్పందిస్తారు అనేది అక్కడ వున్న పరిస్థితుల కంటే చాలా ముఖ్యమైనది. మీరు ఆ పరిస్థితిలో ఏమీ చేయలేకపోవచ్చు లేదా మొత్తం పని చేయవచ్చు. మీరు చేసినా చేయలేకపోయినా మీరు అప్పటి పరిస్థితులను అర్థం చేసుకోవడానికిగానీ, చెప్పిన మాటలకు కట్టుబడి ఉండేందుకుగానీ, మీ వైఖరి నిర్ణయించుకునేందుకుగానీ మీకు అధికారం ఉంది. కనుక మీరు ప్రతిస్పందించండి. ఎంపిక చేసుకునే అవకాశం మీకు ఎప్పుడూ ఉంటుంది. అయితే, మీరు ఫిర్యాదు చేసినప్పుడు మాత్రం, మీరు ఆ ఎంపికల పట్ల మీరు కళ్ళు మూసుకుంటారు. ఏదో ఒక అసౌకర్యం లేదా చికాకులో చిక్కుకుని పోతారు.

ఇతరులను నిందించడం కూడా యీ విధంగానే హానికరం – మీ అధికారాన్ని వేరొకరికి ఎందుకు అప్పగించాలి? బాధితుల పాత్రలో ఉండటం స్వల్పకాలానికి మంచి అనుభూతిని కలిగిస్తుంది. అయితే మన ఫిర్యాదుపై ఇతరులు ఎలా వ్యవహరిస్తారనే దాని గురించి ఆలోచన చేసినప్పుడు, మనం ఒక కీలకమైన సమాచారాన్ని మరచిపోతున్నాము: మనం కూడా క్రియాశీలకంగా ఉండే అవకాశం ఉంది. అపస్మారక అంచనాలు, లేదా అర్హత యొక్క భావనల వల్ల కూడా కొన్నిసార్లు నిందలు రావచ్చు. ఎవరినైనా నిందించినట్లు మీకు మీరుగా గమనించినట్లయితే, మీరు నిజాయితీగా ఉండాల్సిన సమయం ఆసన్నమైంది. మీరు పరిష్కరించాల్సిన సమస్యలకు ఇతరులు బాధ్యత వహించాలని మీరు అనుకుంటున్నారా? వాళ్లు కూడా నిజాయితీగా పొరపాటు పడినట్లయితే (అది జరుగుతుంది!). అప్పుడు మిమ్మల్ని మీరు ఇలా ప్రశ్నించుకోండి: మీరు కోపంగానూ, చిరాకుగానూ ఉండటం వల్ల మీరు కోరుకున్నదానికి దగ్గరగా చేరుకున్నారా? మనకు కావలసిన విధంగా ఇతరులు ప్రవర్తించేలా చేయడానికి మనం వారిని

నియంత్రించాల్సిన అవసరం లేదని గ్రహించడంలో చాలా స్వేచ్ఛ ఉంటుంది – మనం కోసం మనమే నేరుగా వ్యవహరించవచ్చు. అందువల్ల ఆ క్షణంలో మనకు ఆందోళన, స్వీయ-అనుమానం కలుగుతాయి. అయితే యిది మనకు ప్రశాంతంగా ఉండటానికి సహాయపడుతుంది.

ప్రశాంతత, సరళమైన ప్రవర్తనకు మార్గం - ప్రతిస్పందనగా ఉండండి, ప్రతికూలతతో ఉండకండి.

> **ప్రతికూలత:** మార్పు అనేది భయపెడుతుంది. కంగారు పెడుతుంది. కాబట్టి నేను ఆచితూచి వ్యవహరించడం మంచిది.
>
> **సానుకూలత:** మార్పు అనే దానిలోని సంభావ్యతను నేను విశ్వసిస్తున్నాను. తద్వారా నేను అభివృద్ధి చెందడానికి సహాయపడే మార్గాలను స్వాగతిస్తున్నాను.

మనం చెప్పుకున్నట్లుగా, ఎంపిక చేసుకునే అవకాశం మీకు ఎప్పుడూ ఉంటుంది. అయితే, కొన్నిసార్లు మీకు చాలా ఎక్కువ ఉండకపోవచ్చు. మీ వద్ద ఉన్నవి మీకు నచ్చకపోవచ్చు, కానీ మీరు ఎప్పటికీ పరిస్థితులకు బాధితులు కారు. అందువల్ల మీకు కలిగే అనుభవానికి ఎల్లప్పుడూ బాధ్యత వహించవచ్చు. మీరు సానుకూలతతో వున్నా, ప్రతికూలతతో వున్నా మార్పు అనేది వస్తుంది. జీవితం మార్పుతో నిండి ఉంటుంది. ఈ మార్పులో మనం భిన్నమైన అనుభవాలను పొందవచ్చు. మనం ప్రతిస్పందించినప్పుడు (ప్రతికూలత కాదు), మన చుట్టూ ఉన్న వ్యక్తులతో, వస్తువులతో చైతన్యవంతంగా నిమగ్నమై ఉంటాము. మనం అనుసరించే విలువలు, సూత్రాల ప్రకారం జీవితానికి సమాధానం చెబుతాము. మన చుట్టూ ఆవరించివున్న ప్రకృతి శక్తులతో సంభాషిస్తాము. అంతేగాని, ఒక బానిసలాగా జీవితంవేసే ఆజ్ఞలను అమలుచేయటం, లేదా దాని నుంచి దూరంగా వైదొలగడం అనేవి ఉండవు.

వేమన అంటాడు: 'భూమిలోన పుట్టు భూభార మెల్లను, తనువులోన పుట్టు తత్వమెల్ల'. మనల్ని మనం తెలుసుకోవటం, మీ జీవితాన్ని రూపొందించడానికి నిర్ధిష్టమైన, చైతన్యవంతమైన చర్యలు తీసుకోవడం

అనేది, మీరు బండరాయిలాగా రాజీపడకుండా ఉంటారని అర్థం కాదు. వాస్తవానికి, మీరు సర్దుబాటు చేయడం, విషయాలను స్వీకరించడంలో అనుకూలత కలిగి ఉంటారు. మీరు అభివృద్ధిపై దృష్టి పెడతారు. అందుకు నూతన విషయాలను అర్ధం చేసుకుంటారు. ఒక్కోసారి విఫలమవుతారు. అప్పుడు మీరు మీ వ్యూహాన్ని మార్చుకుంటారు, మళ్లీ ప్రయత్నిస్తారు. మీరు కొత్త విషయాలను నేర్చుకునేందుకు ఆసక్తిగా ఉంటారు. దాని గురించి భయపడరు. ఇటువంటి వైఖరి మీరు జీవితంలో ఎదగడానికి, మిమ్మల్ని మీరు మెరుగుపరుచుకోవడానికి ఉపయోగపడుతుంది. మీరు నియంత్రణపట్ల చపలచిత్తంతో ఉంటారని కాదు. అయితే 'ఎంపిక' ఉంటుందనే విషయం మీకు తెలుసు. మీకు తెలిసిన వాటిని భయంగా అమలుచేసే బదులు, మీరు కొత్తదనాన్ని స్వీకరిస్తారు, అన్వేషిస్తారు, సృష్టించుకుంటారు, అందుకు అవసరమైన తెగింపు చేస్తారు. గమ్మత్తేమిటంటే, ఈ జీవన విధానం నిజానికి చాలా తేలికైనది. తక్కువ ఆందోళనను రేకెత్తిస్తుంది.

"ఇలా అయితే" అనే ఆలోచన మొగ్గలోనే తుంచండి

> **ప్రతికూలత:** ఒక రోజు, నేను XYZ కి వెళుతున్నాను, అలాంటివి ఏవైనా జరిగితే, ఆపై యిలా ఉండవచ్చు... ఆపై నేను యిది జరుగుతుందని ఆశిస్తున్నాను...
>
> **సానుకూలత:** నేను నాకు అవసరమైన వాటిని సృష్టించాలనుకునే విషయాల వైపు అడుగులు వేస్తున్నాను - ఇప్పుడే యీ క్షణమే.

ఆందోళన అనేది తరచుగా అతిగా ఆలోచించడం, పదే పదే ఒకే విషయాన్ని గుర్తు చేసుకుంటూ ఉండటం, ఎడతెరిపి లేకుండా "ఇలా అయితే", "అలా అయిపోతే" అనే ఆలోచనల ద్వారా కలుగుతుంది. ప్రతికూలత కలిగిన వ్యక్తులలో యిలాంటి భావజాలం గూడు కట్టుకుని ఉంటుంది. వాళ్ల ఆలోచనలు యీ విధంగా సాగుతాయి:

"ప్రస్తుతం నా దగ్గర మరి కొంచెం ఎక్కువ డబ్బు ఉండివుంటే అప్పుడు..."

"నాకు మంచి కుటుంబ పోషణ ఉండివుంటే..."
"ఏదో ఒక రోజు నేను కలలు కన్న పనిని ప్రారంభిస్తాను..."
"శీతాకాలం ముగిసిన వెంటనే, నేను ఆ పనిని..."

నిజంగా, ఇవి ఎందుకూ పనికిరాని నాసిరకం సాకులు, పగటి కలలు తప్ప మరేమీ కాదు. ఇలాంటి వాటికి ఊహా ప్రపంచంలోనే తప్ప వాస్తవ ప్రపంచంలో విలువనేదీ ఉండదు. – ఇది ఆందోళన, భయం వంటి భావాలకు కొద్దిపాటి దూరంలోనే ఉంటుంది. ఈ విధంగా "if" లేదా "అయితే" "ఏదో ఒక రోజు" లాంటి పదాలు ఉపయోగించకూడదని నిర్ణయం తీసుకోండి. మీరు నిజాయితీగా ఉన్నట్లయితే, యిలాంటి ఆలోచనల వెనుక తరచుగా కనిపించే, పనులు వాయిదా వేయడం, భయం, తప్పించుకోవడం లేదా ఒక్కరోజులో ఎవరో వచ్చి మీ జీవితాన్ని రక్షించబోతున్నారనే పనికిమాలిన ఆశలను మీరు గమనిస్తారు.

పెద్ద పెద్ద కలలు కనడం మానుకోవాలని మిమ్మల్ని ఎవరూ నిర్బంధించడం లేదు. అయినప్పటికీ, మీరు కోరుకున్నది సృష్టించడానికి జీవితంలో చర్యలు తీసుకునే బదులుగా పగటి కలలు కనడంలో నిమగ్నమై ఉంటే, మీకు మీరే అపకారం చేసుకుంటున్నారు. కలలు, బ్లూ-స్కై థింకింగ్ అనేవి ఉద్దేశపూర్వక చర్యను ప్రేరేపించడానికి, మనలో శక్తికి ఆజ్యం పోయడానికి, క్రియాశీలత వైపు తీసుకు వెళతాయి – క్రియాశీలత లేకపోతే, మీకు మీరే చెప్పే ఆహ్లాదకరమైన కథలు, ఊహలు మీరు ప్రారంభించిన ప్రదేశంలో, ప్రారంభించిన స్థితిలోనే మిమ్మల్ని వదిలివేస్తాయి.

ఆ విధమైన స్ఫూర్తితో, మనం ప్రస్తుతం ఆచరణలోకి తీసుకోగల కొన్ని విషయాలను పరిశీలించుదాం.

నిందలు వేయడం/ఫిర్యాదు చేయడం ఇకపై లేదు

నిత్యం ఏడ్చేవాడు ఏడుస్తూనే వుంటాడు. పనిలో మీకు చికాకు కలిగించే వ్యక్తి గురించి గాలి వార్తలు పుట్టించడం, కుటుంబ సభ్యుల తప్పులను మరొక కుటుంబ సభ్యునికి చేరవేయడం, అతి వేగానికిగాను మీకు విధించిన జరిమానా గురించి స్నేహితుడితో పది నిమిషాల పాటు వాగ్వాదానికి దిగటం. ఇలాంటివి యించుమించు మనమందరం చేస్తాము.

అవగాహన కల్పించడం మొదటి దశ. మీరు ఎవరిగురించైనా ఫిర్యాదు చేయడం, నిందించడం చేసినప్పుడు మీ మనస్సులో ఒక పెద్ద ఎరుపు రంగు స్టాప్ గుర్తును ఊహించుకోండి. వెంటనే ఆగమని చెప్పండి. కొద్దిసేపు నిర్వికారంగా ఉండండి. మీకు మీరుగా ఒక ఖాళీ ప్రదేశాన్ని మీ మనసులో సృష్టించుకోండి. ఆ ప్రదేశంలో మీకు ఎంపిక (option) ఉందనే వాస్తవాన్ని గ్రహించండి. అప్పుడు, ఈ ప్రశ్నకు సమాధానమివ్వడానికి ఎంచుకోండి: నేను ఏ విధమైన చర్య తీసుకోగలను? ఒక్కసారి ఊపిరి గట్టిగా పీల్చుకోండి. మీరు ఎంత ప్రశాంతంగా ఉన్నారో, మీకు మీరుగా ఎంత నియంత్రణలో ఉన్నారో అనుభూతి చెందండి.

మీరు ఫిర్యాదుల పుస్తకాన్ని పెట్టుకోవచ్చు. ఆ పుస్తకంలో మీరు మీ సందేహాలన్నింటినీ రాసి ఉంచండి. అయితే, మీరు అందులో వ్రాసే ప్రతిదానినీ ఆ రోజు చివరిలో పరిష్కరించాలి. మీరు సమస్యను పరిష్కరించడానికి ఒక నిర్దిష్టమైన చర్య తీసుకోవాలి. ఫిర్యాదు చేయడం ఎంత నిరర్థకమో మీకు అనతికాలంలోనే తెలుస్తుంది. ఈ ప్రక్రియలో మిమ్మల్ని మీరు శక్తివంతం చేసుకోండి.

ఇకపై ప్రతికూలత లేదు, ప్రతిస్పందించడం మాత్రమే

మీరు ఆందోళనలో ఉన్నప్పుడు నియంత్రణ కోల్పోవడానికి కారణమేమిటో గమనించండి. క్షణకాలం ఆలోచించి, వీటిని ఎక్కడైనా రాయండి. ఉదాహరణకు, "సంవత్సరం చివరిలో నేను నా ఉద్యోగాన్ని కోల్పోవచ్చు". మీరు మీ భయాలను కాగితంపై ఉంచిన తర్వాత, వాటిని పరిశీలించండి. వాటిపట్ల అంగీకార భావంతో ఉండండి.

మీరు వాటి గురించి ఏ విధంగా భావిస్తున్నారో గుర్తించండి. అప్పుడు సరైన చర్య తీసుకోండి. మీకున్న అవకాశాలు, ఎంపికలు దాని కిందుగా రాయండి. మీకు ఎక్కువ ఆందోళన కలిగించి, మిమ్మల్ని అతిగా భయపెట్టే విషయం వుంటే దానిని ప్రత్యేక పేజీలో వ్రాయండి. ముందు చేసినట్లుగానే ప్రక్రియను పునరావృతం చేయండి. మీకు ఆ విషయంలో ఉన్న అవకాశాలూ, ఎంపికలు గుర్తించండి.

సరైన ఎంపికలు చేసుకోవడం, చేయగలిగిన పరిష్కారాల పట్ల మీ మనస్సుకు తగినంత శిక్షణ ఇవ్వడం వలన మీరు ప్రశాంతంగా ఉంటారు.

అది మీకు శక్తిని కలుగజేస్తుంది. అందువల్ల మీరు కొత్త కొత్త పనులు చేయడం కోసం మిమ్మల్ని మీరు ఉత్సాహపరుచుకుంటారు.

ఇక పగటి కలలు, సాకులు నిలిపి వేయండి.

పగటి కలలు కనడం అనేది మీరు కోరుకున్న జీవితాన్ని నిర్మించుకోవడంలో అంత ఉత్తేజకరమైనదిగానూ, ఆసక్తికరంగానూ ఉండదని మీకు మీరే చెప్పుకోండి. ఏదైనా సరే, అవగాహనతో ప్రారంభించండి. మీరు ఉపయోగించే భాష, మీ జీవితం గురించి మీరు ఏ విధంగా మాట్లాడుతున్నారో గమనించండి. ఈ క్రింది విషయాలను మీరు తరచుగా చెప్పుకుంటున్నారా అని గమనించండి:

> "ఓహ్, నేను మసాజ్ చేసే వ్యక్తిగా ఉండాలనుకుంటున్నాను, కానీ నాకు ఎలాంటి శిక్షణగానీ, మరొకటిగానీ లేదు..."
>
> "ఓహ్, నేను ఏదో ఒక రోజు అలాంటి ఇంట్లో నివసించడానికి ఇష్టపడతాను! ఇల్లంటూ ఉంటే"
>
> "నేను చిన్నతనంలో గుర్రపు స్వారీని వదులుకోలేదు"

ఇలాంటి భావ ప్రకటనలు చాలా నిష్క్రియంగా, ప్రతికూల భావంగా ఉన్నందువల్ల మీరు వాటిని తక్షణం గుర్తిస్తారు. మీరు ఇలాంటి మాటలు మాట్లాడుతున్నట్లుగా అనిపిస్తే, తక్షణం ఆపండి, వేగాన్ని తగ్గించి, నిశితంగా పరిశీలించండి. మీరు యిలాంటి సాకులు, పగటి కలలు పశ్చాత్తాపాలను ప్రయోజనకరమైన పనులుగా ఎలా మార్చగలరు? మీరు మసాజ్ చేయడం నేర్చుకోవడానికి ఏమి అవసరమో మీరు పరిశోధించవచ్చు. మీ కలల ఇంటిని ఎలా సాకారం చేసుకోవాలో మీరు తెలుసుకోవచ్చు. మీరు వారాంతంలో గుర్రపు స్వారీ చేసేందుకు సిద్ధం చేసుకోవచ్చు. మనం యీ విధంగా తరచూ మాట్లాడతాము. ఎందుకంటే మనకు నిజంగా జీవితం పట్ల ఎలాంటి ఆశలు లేవు. అలా చేయగలం అని మనల్ని మనం సిద్ధం చేసుకుని ఆ పనులు సాధించే దిశగా మనం ప్రయాణం చేస్తాము. ప్రజలు స్థిరమైన నిర్ణయంతో పని చేయటానికి పూనుకుని వాళ్ల చుట్టూవున్న భయాలు, ఆందోళనలు, పశ్చాత్తాపాలను ఒక్కసారిగా వాటి దుమ్ము దులిపి, వారు కోరుకున్నది

సాధించడానికి కార్యరంగంలోకి దూకితే, వాళ్ల ఆందోళనలు, విచారాలు రాత్రికి రాత్రే అదృశ్యమయిపోవా?

మానసిక దూరాన్ని సృష్టించడం ద్వారా దృక్పథాన్ని సృష్టించండి!

ఫిర్యాదులు చేయడం, ప్రతిస్పందించడం, పగటి కలలు కనడంవంటి గుణాలను నిరాకరిస్తూ మనలో స్థిరమైన, చురుకైన మనస్తత్వాన్ని పెంపొందించుకోవచ్చు: మన లక్ష్యాల వైపు దృష్టిపెట్టి పని చేస్తూ ఉండటం, ప్రశాంతమైన, నిబ్బరమైన వైఖరితో, సరైన మానసిక దృక్పథంతో కలిసి మెలిసి వెళ్ళే మరో కీలక మార్గం కూడా ఉంది – మానసిక “దూరం”.

క్రియాశీలత గురించి, పైన చెప్పుకున్న విభాగంలో, మనం ఏమి చేస్తున్నామో మనకు తెలిసినప్పుడు మాత్రమే కావలసినది ఎంపిక చేసుకోగలగడం, నియంత్రణను తీసుకోవడం సాధ్యమవుతుందని మనకు అర్థమైంది. మనం భావోద్వేగాలు కోల్పోయి, రెచ్చిపోయి పనులు చేసి, మోకాలి చిప్పలు పగల గొట్టుకునే పనులు నెత్తిన వేసుకున్నట్లయితే, మనకు ప్రతికూల భావాలు కలుగుతాయి. తిరిగి సానుకూలత పొందేందుకుగాను, ఆ చుట్టుముట్టిన భావోద్వేగం నుండి మనకు కొంచెం విరామం కావాలి. అప్పుడు మనం ఒక అడుగు వెనక్కి తీసుకొని, మనం ఏమి చేస్తున్నాము, మనం వేటిని ఎంచుకున్నాం, తరువాత ఏ విధంగా కొనసాగించాలి అనేదాని గురించి స్పష్టమైన అవగాహన ఏర్పరచుకోవాలి.

> ఆత్రుత = బలమైన భావోద్వేగంలో చిక్కుకోవడం లేదా కూరుకుపోవడం
>
> ప్రశాంతత = ఆ భావోద్వేగానికి ఆవల, మరియు వెలుపల కూడా అడుగు వేయగల సామర్థ్యం

వాస్తవానికి, సమస్య విషయంలో మీరు అనుభవించే ఆందోళన స్థాయి మీరు దానికి ఎంత “దగ్గరగా” ఉన్నారనే విషయం మీద ఆధారపడి ఉంటుందని చెప్పవచ్చు. మీ భావోద్వేగాలకు దూరంగా మీరు ఒక క్షణం పాటు

ఉండగలిగితే, సమస్యను దూరం నుండి పరిశీలించడం ద్వారా ఆ సమస్యను పరిష్కరించడంలో అది మీకు సహాయపడటమే కాదు, మొత్తం విషయం మీరు భయపడేంత అత్యవసర పరిస్థితి కానే కాదని మీరు తెలుసుకుంటారు! అప్పుడు, మీరు కాస్త ప్రశాంతంగా ఉంటే, మీరు ప్రతికూలతతో కాకుండా మరింత హాయిగా, స్పృహతో కూడిన చర్య తీసుకోవచ్చు.

నిజంగా యిది గొప్ప విషయం! అయితే మనం ఈ మానసిక దూరం యొక్క భావాన్ని ఎలా సృష్టించాలి? దీనర్థం భావోద్వేగానికి లోనవడమేనా? మనం మబ్బుల మాటునుండి ప్రతి విషయాన్నీ చూసేటప్పుడు మన జీవితాలను చక్కబరుచుకుంటున్నామా? అదృష్టవశాత్తూ అలాంటిదేమీ కాదు!

ఆత్మపరిశీలన అనేది మన మనసు పలికే కబుర్లు కాదు

మనం కాస్త ముందుకు వెళ్ళే ముందు, ఏది "మానసిక దూరం" కాదో తెలుసుకోవడం అత్యవసరం. మన అంతర్గత స్వరం మనకు గొప్ప మిత్రుడు కావచ్చు. ఇది మనకు విశ్లేషించడానికి, ప్రతిబింబించడానికి, ఎంపికలను తూకం వేయడానికి, అర్థం చేసుకోవడానికి, గుర్తుంచుకోవడానికి, ప్రణాళికలు వేయడానికి మనకు సహాయపడుతుంది. అయితే, మన అంతర్గత స్వరం చెప్పే అన్ని విషయాలూ ప్రయోజనకరంగా ఉంటాయని నేను మీకు చెప్పటం లేదు. మానసికమైన కబుర్లు పనికిరానివి. ఒక విధంగా అవి మనకు మరింత ఆందోళనను కలగజేస్తాయి. ఈ క్రింది వాటిని గమనిస్తే, అవి మన మానసిక కబుర్లు అని మీరు అర్థం చేసుకుంటారు:

- ఇవి వలయాకారంలో గుండ్రంగా తిరుగుతూ ఉంటాయి
- ఇవి తరచుగా ప్రతికూల/నిరాశావాదంతో ఉంటాయి
- ఇవి మీకు సహాయం చేయడం కంటే సమస్యలను పరిష్కరించకుండా నిరాసక్తంగా ఉంచుతుంది.
- ఇవి మిమ్మల్ని అయోమయంలో వుంచి, ఎటువంటి అనుబంధం లేకుండా చేస్తాయి
- ఇవి గతం పైనా, లేదంటే భవిష్యత్తుపైనా ఆధారపడి ఉంటాయి తప్ప వర్తమానంలో ఉండవు.

- అత్యంత కీలకమైన విషయం ఏమిటంటే: ఇవి ప్రయోజనకరమైన చర్యను తగ్గించి ఆందోళనను పెంచుతాయి

పై జాబితాను చూసిన తర్వాత, ఆందోళన వల్ల కలిగే అనుభవం, ప్రతికూలమైన స్వీయ-చర్చ యీ రెండు విషయాలూ ఒక్కటేనని తెలుసుకోవచ్చు. మనలో చాలామంది మానసిక దూరాన్ని పొందడానికి మానసికమైన కబుర్లు ఎక్కువ చేస్తున్నాము. దానివల్ల మనకు మరింత ఆందోళన కలుగుతుంది. అయితే ఇప్పుడు మరొక ప్రశ్న వేసుకుందాం - మనం నిజానికి దేని నుండి దూరంగా ఉండేందుకు ప్రయత్నిస్తున్నాము?

మానసికమైన కబుర్లు, ఆందోళన, చేసే పనిపై శ్రద్ధ లేకపోవడం అనేవి స్వీయ-నియంత్రణ అనుభూతిని మింగేస్తాయి. మనకు ఏమి జరుగుతోందో మనకు ఎంత తక్కువగా తెలిస్తే, ఆ పరిస్థితికి అంత తక్కువ బాధ్యత వహించగలము (అంటే, మనం ప్రతికూలతతో మాత్రమే ఉండగలముగానీ, క్రియాశీలంగా ఉండలేము). మానసిక దూరం అనేది బలమైన భావోద్వేగాల నుండి, మన మానసిక కబుర్లు యొక్క కంటెంట్ నుండి మనల్ని మనం వేరుచేసుకోవడానికి ఒక మార్గం. దాన్నిబట్టి మనం ఇలా ప్రశ్నించుకోగలం, "ఒక సెకను ఆగు బాబూ - ఇదేమిటి? ఇక్కడ నేనేం చేస్తున్నాను?"

మానసిక దూరం లేకుండా, మనకి మనం స్వంత కథనాలను ప్రవచనాలుగా భావించడంవల్ల, యితర మార్గాలను చూడలేము.

అందువల్ల, మనకు లభిస్తాయి:

ఆందోళన, అవగాహన తగ్గిపోవడం, హక్కును కోల్పోవడం.

మరోవైపు, మనకు ఉంటాయి:

ప్రశాంతత, అవగాహన, నియంత్రణ, బాధ్యత యొక్క విస్తరణ.

భయాందోళనలు, భయం మన దృక్పథాన్ని ముడుచుకొనిపోయేలా వేస్తాయి. అందువల్ల ఉత్తమమైనదాన్ని ఎంచుకునే సామర్థ్యాన్ని కోల్పోతాము. అయితే స్పృహతో కూడిన అవగాహన మన దృక్కోణాన్ని చైతన్య పరుస్తుంది. అది మనల్ని ఆరోగ్యకరమైన ఎంపికలను చేసుకోవడానికి దారి చూపిస్తుంది. ఇది చాలా గొప్పగా అనిపిస్తుంది, అయితే సమస్య ఏమిటంటే, మీరు తీవ్రమైన

భావోద్వేగాల మధ్యలో చిక్కుకున్నప్పుడు ఆ అవగాహన, విస్తృత దృష్టికి ఒక మార్గాన్ని కనుగొనడం అంత సులభం కాదు! వాస్తవానికి, మీ లోపాలకంటే ఇతరుల లోపాలను గమనించడం చాలా సులభం అని మీరు బహుశా యీ పాటికి గమనించే ఉంటారు. మీకు అంతరం, దృక్పథం ఉంది; కనుక మీరు చూడగలిగే వాటిని చూడటానికి అవి చాలా సమీపంలో ఉన్నాయి.

సంతోషించాల్సిన విషయం ఏమిటంటే, మన బుర్రలు వేడెక్కి, తల పగిలిపోతుందేమోనన్న దశలో కూడా మనలో మానసిక దూరాన్ని సృష్టించడం నేర్చుకోవడం సాధ్యమవుతుంది.

దూరం యొక్క రకాలు, వాటిని సృష్టించుకునే విధానాలు

చాలా కఠినమైన పరిస్థితులలో నుంచి కూడా సక్రమంగా బయటపడేందుకు అనేక మార్గాలు ఉన్నాయి. మీ భాగస్వామితో గొడవపడ్డారని ఊహించుకోండి – ఈ సంఘటనకు మీలో ఒత్తిడి పెరిగిపోయింది. ఆ కారణంగా మీ గుండె దడదడలాడుతోంది. మీ తల అనేకమైన ఆలోచనలతో గిర్రున తిరుగుతోంది. పరిస్థితులన్నీ అస్తవ్యస్తంగానూ, గందరగోళంగానూ ఉన్నట్లుగా అనిపిస్తుంది. మీలో చెలరేగుతున్న భావాలు చిక్కిరిబిక్కిరిగా ఉన్నాయి. ఇప్పుడు మీరు చేయగలిగినదేమంటే, ఆ విషయంపై మీరు ఎంత బాధపడ్డారో, ఎంత ఆందోళన చెందుతున్నారో అనే దానిపై దృష్టి పెట్టండి. సరే, తర్వాత జరిగేదేమిటి?

మానసిక దూరాన్ని సృష్టించుకోవడంలో మీకు సహాయపడే మొదటి రకం 'ప్రాదేశికమైనది'. (Spatial distance) అంటే అది 'ప్రదేశానికి' సంబంధించినది. దీన్ని కాస్త స్పష్టంగా చూద్దాం: మీరు, మీ భాగస్వామి కలిసి కొనుక్కున్న ఇంటిలో గొడవపడ్డారు. మీరు కలత చెందారు. ఏమీ తోచని దశలో ఉన్నారు. ఇప్పుడు మీరు కాసేపు ఇంటిని విడిచిపెట్టి, కొద్దిగా నడవడం ప్రారంభిస్తే, మీకు అవసరమైన దృక్కోణంలో మార్పు వస్తుంది. అలాగే, మీరున్న గదిలో నుంచి మరో గదికి మారటం, మీ భాగస్వామి నుండి కొంచెం దూరం వెళ్లడం లేదా మీ శారీరక స్థితిని మార్చడం ద్వారా కూడా మీరు అదే ఫలితాన్ని సాధించవచ్చు (ఉదాహరణకు, మొహం వేలాడేసుకుని బేలగా నిలబడండి). మీరు వేరే ప్రదేశంలో ఉన్నట్టుగా

ఊహించుకోండి. అది విషయాలపై మీ అభిప్రాయాన్ని ఎలా మారుస్తుందో చూడండి.

మీరు సామాజిక దూరాన్ని (Social distance) కూడా తీసుకోవచ్చు. ఇది మీకు, మరొక వ్యక్తి లేదా వ్యక్తుల మధ్య వియుక్త దూరం, అంటే ఒకరి నుంచి మరొకరికి వేరు చేయబడిన దూరం. కాబట్టి, మీరు తాత్కాలికంగా అదే ఇంటిలో మీ భాగస్వామితో కలిసి ఉంటున్నప్పటికీ, మీ మధ్య వచ్చిన దూరాన్ని మీరు సులభంగా గ్రహించవచ్చు.

తాత్కాలిక దూరం అనేది (Distance in time) సమయంలో దూరం. మనం ప్రతికూలతతో, ఆందోళనలో లేదా బలమైన భావోద్వేగంలో మునిగిపోయినప్పుడు, సమయం ఆగిపోయినట్లు అనిపిస్తుంది. భవిష్యత్తు గురించి స్పష్టంగా ఆలోచించే సామర్థ్యాన్ని కోల్పోతాము. కానీ మీరు నెమ్మదిగా ఉండి, భవిష్యత్ పరిణామాల గురించి ఆలోచించుకుంటే, లేదా ప్రస్తుత పరిస్థితి శాశ్వతంగా ఉండదని జ్ఞప్తికి తెచ్చుకుంటే, మీరు ఆ సమయానికి కొంత వెసులుబాటును అందుకుంటారు. మనం చెప్పుకున్న ఉదాహరణలో మీరు యిలా ఆలోచించండి, "నేను ప్రస్తుతం నా భాగస్వామితో విబేధించి, కలత చెందాను. నేను దాని గురించి వదిలిపెట్టి ప్రశాంతంగా నిద్ర పోతాను. రేపు ఉదయం నేను స్పష్టంగా ఆలోచిస్తానని నాకు తెలుసు" అని మీకు మీరు చెప్పుకోవచ్చు. ఇది మీ దృక్కోణాన్ని విస్తృతం చేస్తుంది. అందువల్ల మీకు కొంత ప్రశాంతతను తెస్తుంది.

చివరగా, ఊహాజనిత దూరం (Hypothetical distance) అనేది మన ముందు ఉన్న పరిస్థితికి బహుశా భిన్నంగా ఉండవచ్చని ఊహించినప్పుడు మన కోసం మనం సిద్ధం చేసుకున్న స్థితి. ఇది పెద్ద విషయం. మనం ప్రస్తుతం అనుభవిస్తున్న దానికంటే భిన్నమైనదాన్ని అనుభవించడానికి ఒక అవకాశం ఉందని మనం గుర్తించగలిగితే, మనం కాలంలో చిక్కుకు పోకుండా ప్రత్యామ్నాయాలు, పరిష్కారాలు లేదా సృజనాత్మక మార్గాల గురించి ఆలోచించడం ప్రారంభించవచ్చు. మన ఉదాహరణ పరిశీలిస్తే, బహుశా మీరు మీ భాగస్వామితో బిగ్గరగా అరుస్తూ యిలా చెప్పవచ్చు, "వేచి ఉండు. ఇది ఈ విధంగా ఉండవలసిన అవసరం లేదు. బహుశా నేను ఈ వాదనను ఎప్పటిలా కాకుండా మరో విధంగా ఎదుర్కొంటాను. నేను ప్రశాంతంగా కొన్నిసార్లు దీర్ఘమైన శ్వాసలను

తీసుకొంటే అంతా సరిపోతుంది". ఈ విధమైన ఆలోచన మిమ్మల్ని సానుకూల భావజాలంవైపు నేరుగా తీసుకు వెళుతుంది. తద్వారా, మీ ఆందోళన నాటకీయంగా తగ్గుతుంది.

ఒక విధంగా చెప్పాలంటే, ప్రస్తుత పరిస్థితి దానికంటే భిన్నంగా ఉండవచ్చని గ్రహించిన నేపథ్యంలో దూరం సృష్టించబడుతుంది. మీరు దీన్ని భిన్నంగా చేయవచ్చు!

సమస్యపై దృక్కోణం కలిగి ఉండటం, దానిని దూరం నుండి చూడటం వలన సమస్యలు మాయం కావు లేదా కష్టమైన భావాలు అదృశ్యం కావు. కానీ తాత్కాలికంగా, సమస్యలు అధిగమించి మిమ్మల్ని మింగేయటానికి బదులుగా, ఆ సమస్యల కంటే మీరు ఎదిగి ఉండటానికి మిమ్మల్ని అనుమతిస్తుంది. నిజానికి సమస్య అలాగే ఉంటుంది. కానీ మీరు దానిని వివిధ కోణాల నుండి చూడగలిగినప్పుడు, మీరు మీ అవగాహన స్థాయిని నిలకడగా ఉంచినప్పుడు, మీరు దాని గురించి ప్రశాంతంగా ఉంటారు. ఈ ప్రశాంతత వల్ల మీరు మరిన్ని రకాలైన నివారణ మార్గాలను ఎంపికలో ఉంచుకోవచ్చు.

దూరాన్ని సృష్టించడానికి మీ ఊహ శక్తిని ఉపయోగించండి

ఏ క్షణంలో ఏమి జరుగుతుందో అది మనకు సహజంగానే అర్థమవుతుంది. మనం దాని గురించి ఒక కథను చెబుతాము. కానీ, మనం వేరే కథ కూడా చెప్పగలం.

మీరు అత్యంత అవసరమైన గడ్డు పరిస్థితిలో ఉన్నట్లయితే (మీ భాగస్వామితో గొడవ పడటం అనుకోండి), మీరు ఈ క్షణంలో కొంత దూరాన్ని త్వరగా సృష్టించాల్సి రావచ్చు. కానీ మీరు కాస్త చల్లబడిన తర్వాత, మీరు సమస్యను మరి కొంచెం ఎదుర్కొంటారు. తక్కువ వ్యవధిలో బలమైన భావోద్వేగాలను మనం తగ్గించుకోగలం. అయితే, భావోద్వేగపు తీవ్రతలు కాస్త స్థిరపడిన తర్వాత, మనం ఇంకా అంతర్లీన సమస్యను సహనంతో, సామరస్యమైన దృష్టితో పరిష్కరించుకోవాలి. ఈ సందర్భంలో, సమస్యను కూలంకుషంగా సమీక్షించుకోవడం, తర్వాత పరిష్కరించడం చాలా

విలువైనది. ఇక్కడ మీరు కొంత ఉపయోగకరమైన అంతరాలను పరిచయం చేయవచ్చు.

దీనిని చేయడానికి "పుస్తకంలో రాయడం" సరైన మార్గం. కొంతమంది "పెట్ రాక్" తో మాట్లాడటం లేదా వారి వాయిస్ రికార్డ్ చేయడం కూడా చేస్తుంటారు. మీకు ఇబ్బంది కలగని చోట క్షణకాలం కూర్చోండి. ఈ క్రింది పద్ధతులలో కొన్నింటిని అనుసరించండి.

స్నేహితుడికి సలహా ఇవ్వండి

వేరొకరి సమస్యను చూడటం చాలా సులభం! అందువల్ల, సమస్య మీది కాదనీ, మీ దగ్గరి స్నేహితుడికి ఆ సమస్య వచ్చిందనీ ఊహించుకోవడానికి కొంచెం సమయం తీసుకోండి. మీ లోపల వున్న భేషజాలు, గర్వం, ఊహలు, ప్రతిఘటనలు, సాకులు అన్నీ పక్కన పెట్టి సమస్యలోని వాస్తవాలను చూడండి. మీరు చూసిన సమస్య యొక్క సంక్షిప్త సారాంశం ఒక చోట రాయండి. ఆ తర్వాత, రాసిన దాని చుట్టూ చిన్న చిన్న గుర్తులను ఉంచండి. మీరు శ్రద్ధ వహించే వారి నోటి నుండి అవే పదాలు వస్తున్నాయని అక్షరాలా ఊహించండి. ఇప్పుడు మీ స్పందన ఏమిటి? మీరు వారికి ఎలాంటి సలహా ఇస్తారు?

ఇలాంటి పని చేయడం చాలా సులభం అనిపిస్తుంది. అయితే ఇది ఉపయోగకరంగా ఉంటుంది. ఎందుకంటే తిరస్కరణ, భయం, సాకులు దారికి అడ్డంగా వచ్చినందువల్ల నిర్ణయాలు తీసుకోవడంలో లేదా తెలివిగా వ్యవహరించడంలో మనం తరచుగా పొరపాటు పడుతుంటాము. మన సమస్యలు మాత్రమే చాలా క్లిష్టంగా ఉన్నాయని ఊహించుకుంటాం. ఒక వ్యక్తి యొక్క దృష్టికోణం నుండి మన సమస్యను చూసేంత వరకు, పరిస్థితి యొక్క నిర్దిష్ట లక్షణాలను విస్మరించడం లేదా వక్రీకరించడం వంటివి మనం గమనించలేము. కొన్నిసార్లు ఇలా చేయడం వల్ల, మీ సమస్య మీరు అనుకున్నంత పెద్దది కాదని మీరు అకస్మాత్తుగా గ్రహించడం జరుగుతుంది. అందువల్ల మీకు ఎక్కువ ఉపశమనం దొరుకుతుంది.

మిమ్మల్ని మీరు మరోలా చిత్రించుకోండి

నిజమే, ఇంతకు ముందు చెప్పిన విధానం ఎల్లప్పుడూ పని చేయకపోవచ్చు. మీరు నిజంగానే సంక్లిష్టమైన పరిస్థితుల్లో ఉండి ఉండొచ్చు. అలా అయితే, మీరు సమస్య గురించి ఏమనుకుంటున్నారో మరో విధంగా ప్రయత్నించండి – ఈసారి భవిష్యత్తు నుండి మీ సమస్యను చూడండి. భవిష్యత్తును ఊహించుకోవడం మీకు భిన్నమైన దృక్పథాన్ని ఇస్తుంది. ప్రస్తుతం జరుగుతున్నది ఎల్లప్పుడూ జరగబోయేది కాదని మీకు గుర్తు చేస్తుంది. మీ ఆలోచనా విధానాలను మార్చుకోండి. దానివల్ల జరిగే పర్యవసానాలు, రాబోయే ఫలితాలపై దృష్టి పెట్టండి. ఏదైనా బలమైన భావోద్వేగం వల్ల కలిగిన అనుభూతి చెదిరిపోయిన తర్వాత, మీ భవిష్యత్తు ఏమి కోరుకుంటుందో ఆలోచించండి.

మీకు వీలైతే, మీరు గతంలో తీసుకున్న ఇలాంటి నిర్ణయాలు, సమస్యల గురించి ఆలోచించండి. కానీ వాటికి తాత్కాలిక మూలపదార్థాన్ని జోడించండి. బహుశా మీరు జూమ్ అవుట్ చేసి, మరీ దగ్గరగా చూసినప్పుడు మీరు XYZ చేయడం గమనించవచ్చు. ఆపై కొన్ని వారాల తర్వాత దానికి చింతించవచ్చు. మీ భవిష్యత్తును ఒక అంశంగా చేయడం ద్వారా, మీరు వర్తమానాన్ని మరింత ఖచ్చితంగా అంచనా వేస్తారు. కనీసం, ప్రస్తుత సమస్య ఎప్పటికీ మారకుండా కొనసాగే అవకాశం లేదని తెలుసుకోవడం ద్వారా మీరు ఊపిరి పీల్చుకుంటారు.

అవగాహనలను పునర్నిర్మించండి.

శ్రద్ధ లేదా ధ్యానం సాధన సమయంలో, మీ ఆలోచనలను ఆలోచనలుగా, మీ భావాలను భావాలుగా గుర్తించడానికి మీరు శిక్షణ పొందుతారు. మీ ఆలోచనలు లేదా భావాలు మీ లోనికి రావడాన్ని, అలాగే వెళ్లడాన్ని మీరు అనుభూతి చెందుతారు. అయినప్పటికీ వాటితో మీరు ఏ మాత్రం సంబంధం లేని విధంగా సాధన చేయండి. కానీ వాటి స్థిరమైన ప్రవాహం గురించి అవగాహన కలిగి ఉండండి. దీన్ని నేర్చుకోవడానికి మీరు ధ్యానం చేయవలసిన అవసరం లేదు. కేవలం అనుభూతులను, అవగాహనలను గమనించడం అలవాటు చేసుకోండి.

"నా గుండె ప్రస్తుతం చాలా వేగంగా కొట్టుకుంటోంది."

"ఆమె అలా మాట్లాడినందుకు నేను నిరాశ చెందాను."

"ఏమి జరుగుతుందోనని నేను భయపడుతున్నాను, ఆందోళన చెందుతున్నాను"

ముఖ్యంగా, ఈ విషయాలను మరే విధంగానూ అర్థం చేసుకోకుండా, విశ్లేషించకుండా, ప్రశంసించకుండా, తీర్పు చెప్పకుండా కేవలం గమనించండి. మీరు వాటిని "అంగీకరించాల్సిన అవసరం లేదు". అవి మీతో ఉన్నాయని గమనించండి. అంతే. మీరు ఆ విధంగా చేసిన తర్వాత, మీరు ఆ తటస్థ అనుభూతులను ఏ విధంగా పునర్నిర్మించుకోవాలో, ఎలా అర్థం చేసుకోవాలో అది మీరు ఎన్నుకోండి. ఉదాహరణకి:

నా గుండె వేగంగా కొట్టుకుంటోంది > నేను భయాందోళనకు గురవుతున్నాను > నేను భయపడకూడదు, నేను అంతకు ముందు వెయ్యి సార్లు యిలా చేశాను > నేను భయపడితే నాలో ఏదో తప్పు ఉంది > యిలా యిలా.. ఆ విధంగానన్నమాట.

ఇలా జరుగుతున్నట్లు మీరు గమనించినట్లయితే, మీరు వివిధ మార్గాలలో అనుభూతులను పునర్నిర్మించుకోవడం ద్వారా ఆలోచనలకు అడ్డుకట్ట వేయవచ్చు, ప్రయోగాలు చేయవచ్చు. తద్వారా కొంత దూరాన్ని సృష్టించడం, విషయాలపై ప్రశాంతమైన దృక్పథాన్ని తీసుకురావడం మీకు సాధ్యపడుతుంది.

మీరు కొత్తగా ఏదైనా ఉత్తేజకరమైన పని చేస్తున్నందువల్ల బహుశా మీ గుండె వేగంగా కొట్టుకుంటుందా? మీరు ఏదైనా ఉద్విగ్నమైన, నరాలు తెగే పని చేయడం వల్ల, మీరు మానవులు కాబట్టి మీ గుండె వేగంగా కొట్టుకుంటోంది. మిగిలినది అంతా బాగానే ఉందా? అయితే, ఈ దూరాన్ని పొందడానికి, మనం ముందుగా కాస్త నెమ్మదించి, మనం ఏమి చేస్తున్నామో గమనించి, ఆపై మనం వివిధ రకాలైన ఎంపికలను చేసుకునేందుకు ఆలోచన చేయాలి.

ముఖ్యమైన విషయాలు:

- ఆత్రుతగా, ఆందోళనతో ఉన్నవారికి, లేనివారికి మధ్య అతిపెద్ద వ్యత్యాసం సానుకూలత, ప్రతికూలత మనస్తత్వాల మధ్య వ్యత్యాసం కావచ్చు. క్రియాశీలకంగా ఉండటం అంటే, మీ జీవితానికి మీరు బాధ్యత వహించి, దానిపట్ల బాధ్యత వహించే దృక్పథాన్ని కలిగి ఉండటం. అదే సమయంలో ఇతరులు సృష్టించిన పరిస్థితులకు ప్రతికూలతతో స్పందించడం కంటే మీ ఇష్టానుసారం పరిస్థితులను సృష్టించడం.
- ఈ ఆలోచనా విధానాన్ని మార్చడానికి అనేక మార్గాలు ఉన్నాయి. ముందుగా, క్రియాశీలకమైన చర్య తీసుకోకుండా ఇతరులను నిందించడం లేదా పరిస్థితులపై ఫిర్యాదు చేయడం మానివేయటానికి కట్టుబడి ఉండండి. మీరు నిష్క్రియాత్మకంగా ఇతరులను దూషించడం లేదా వారిపై ఆగ్రహం వ్యక్తం చేయడం నిలిపివేయండి. "ఈ పరిస్థితిని మార్చడానికి నేను వ్యక్తిగతంగా ఎలాంటి చర్య తీసుకోగలను?" అని ఆలోచించండి.
- మార్పు, ప్రయాస, కష్టం అనివార్యం. కానీ మనం మన మార్గాన్ని ప్రతికూలతతో మూసివేయడం కంటే సరళంగా, సృజనాత్మకంగా, పరిష్కార ఆధారితంగా ఉండటం సాధన చేయవచ్చు. ఇది ఆందోళనను తగ్గిస్తుంది.
- మనం పగటి కలలు కనడం లేదా "ఏదో ఒక రోజు" లేదా "ఇలా జరిగినట్లయితే" అని ఆలోచించడం మానేసినప్పుడు మనం మరింత చురుగ్గా ఉండగలము. మనల్ని మనం శక్తివంతం చేసుకోవడానికి ఇప్పుడే స్ఫూర్తితో కూడిన చర్య తీసుకోవచ్చు.
- ప్రశాంతమైన, క్రియాశీలకమైన మనస్తత్వాన్ని పొందడానికి, మనకు ఏవైనా బలమైన భావోద్వేగాలు లేదా ఆలోచనల మధ్య కొంత దూరం ఉంచడం సాధన చేయవచ్చు. మానసిక దూరంతో, మనం విస్తృత దృక్పథాన్ని పొందగలుగుతాము. అలాగే, మన ఆలోచనల స్పృహతో ఆలోచనలను గుర్తించి మనల్ని మనం శక్తివంతం చేసుకోగలం. తద్వారా స్పృహతో క్రియాశీలకమైన

మార్గాన్ని ఎంచుకోవడానికి చోటు దొరుకుతుంది. ప్రాదేశిక, తాత్కాలిక లేదా ఊహాత్మక అంతరాలను సృష్టించడం ద్వారా, మనం ఇకపై బాహ్య సంఘటనల దయమీద ఆధారపడి ఉండము, కానీ అంతర్గత నియంత్రణను కలిగి ఉంటాము.

- మన ఊహలు మనకు అవసరమైన అంతరాన్ని, స్పష్టతను పొందడంలో కూడా సహాయపడతాయి. ఒక సమస్యపై తాజా దృక్పథాన్ని చూడమని స్నేహితుడికి సలహా ఇస్తున్నట్లు మీరు ఊహించుకోవచ్చు. ఇతర అవకాశాలను, ప్రత్యామ్నాయాలను అలరించడానికి మీరు మరొక విధమైన సంస్కరణను కూడా చూడవచ్చు. చివరగా, మీరు పునర్నిర్మించుకునే అవగాహనలను సాధన చేయవచ్చు. ఆ అవగాహనలకు ఎలాంటి కథనాలు, విలువ, నిర్ణయాలు లేదా ప్రతిఘటనను జోడించకుండా మీరు ఎలా ఆలోచిస్తున్నారో, ఎలా అనుభూతి చెందుతున్నారో గమనించవచ్చు. ఇది ఒక్కటే మీకు ప్రశాంతతను కలుగజేస్తుంది. అదే సమయంలో కొత్త దృక్పథం కోసం ఒక చోటును ఏర్పరుస్తుంది.

అధ్యాయము 2

రంగులరాట్నం నుండి అడుగు బయట పెట్టడం

మీ ఆందోళనను నివారించే అద్భుత ఆయుధం: మీకు మీరే

గత అధ్యాయంలో, అంతరాన్ని సృష్టించడం వలన, అందులో భాగస్వామిగా చిక్కుకున్నట్లు కాకుండా, మీరు విభిన్నమైన, సంభావ్య యోగ్యమైన దృక్కోణాలను నిర్మించుకోడానికి, శారీరక, మానసిక, మనోసంబంధ ప్రక్రియలను ఒక పరిశీలకునిగా చూసేందుకు ఎలా వీలు కలుగుతుందో గమనించాము. ఈ రకమైన నిర్లిప్తత అన్ని రకాల మానసిక ఆరోగ్య సమస్యలకు సంబంధించిన ఒక ప్రసిద్ధ విధానాన్ని మీకు గుర్తు చేసి ఉండవచ్చు: శ్రద్ధ లేదా ధ్యానం గురించి అభ్యాసం.

మీ జీవితంలో ప్రశాంత భావాన్ని పెంపొందించడంలో 'శ్రద్ధ' మీకు సహాయపడుతుందా? ఖచ్చితంగా సహాయపడుతుందని చెప్పవచ్చు. అయితే, "శ్రద్ధ" అనేది చాలా విషయాలను సూచిస్తుంది. ఈ అధ్యాయంలో, భావోద్వేగాలను నిర్వహించడానికి, మీ జీవితానికి ప్రశాంతమైన నియంత్రణను కలుగజేయడానికి ప్రత్యేకంగా సహాయపడే శ్రద్ధ–ఆధారిత సాంకేతికత గురించి మనం మాట్లాడుకుంటాము. దీనిని ACT: యాక్సెప్టెన్స్ అండ్ కమిట్‌మెంట్ థెరపీ, అంగీకారము, నిబద్ధతా చికిత్స అంటారు.

ఈ సంక్షిప్త పదం (ACT), చాలా సున్నితంగా రెండు విషయాలను తెలియజేస్తుంది:

- మనం నియంత్రించలేని వాటిని మనం అంగీకరిస్తాము.
- మన జీవితాలను మెరుగుపరుచుకోవడానికి చేయగలిగిన వాటితో క్రియాశీలకంగా వుండేందుకు మనం నిబద్ధతతో ఉంటాము.

ఒక పని పట్ల 'అంగీకారం', 'నిబద్ధత' యీ రెండూ మీ ఆలోచనలను, భావోద్వేగాలను సమర్ధవంతంగా నిర్వహించడానికి మీకు వీలు కలిగిస్తాయి. అవి శ్రద్ధతో కూడిన నైపుణ్యాలు. మీరు కోరుకున్న జీవితాన్ని యివ్వడంలో, అంటే మీ విలువలకు అత్యంత ముఖ్యమైన విషయాలతో సమలేఖనం చేయడంలో మీకు సహాయపడటానికి అవి కలిసి పనిచేస్తాయి.

ACTలో, శ్రద్ధ అనేది వర్తమానంపై దృష్టి పెట్టడం, విశాలమైన ఆలోచనలతో ఉండటం, వాస్తవాలను గ్రహించడం. మనం మన పనులను "స్వీయ ఆలోచనలు" తో చేబడుతాము, అంటే, చేస్తున్న క్షణంలో అన్ని విషయాలూ మనకు తెలియజేసే స్థితిలో ఉంటాము. ఇది మన అంతరాన్ని, దృక్పథాన్ని అనుమతించే భావ ప్రకటన. ధ్యానం మాదిరిగా కాకుండా, ACT విధానంలో శ్రద్ధ అనేది అనేక నైపుణ్యాల సమ్మేళనం. ఇది మన క్రియాశీలకమైన చర్యల ద్వారా బయటి ప్రపంచానికి అనుసంధానం చేస్తుంది.

రోజంతా ఉత్సాహం నింపుకుని మనం ACT టెక్నిక్‌లను ఉపయోగించవచ్చు. లేదంటే ఒక థెరపిస్ట్ సహాయంతో లేదా రెండు రకాలుగానూ, దీర్ఘకాలంలో మనం సాధన చేయవచ్చు. అవి చాలా సరళమైనవి. అందువల్ల మీరు స్వయంగా ఆ విధానంలో ప్రావీణ్యం పొందగలరు. మీరు చేయవలసినదల్లా, మీరు చైతన్యంగా ఉండి మీ "స్వీయ ఆలోచనలు" గమనిస్తూ వాటిని క్రియాశీలకంగా ఉంచడం. అయితే, ACT లక్ష్యం మిమ్మల్ని ప్రశాంతంగా ఉంచడం కాదు; బదులుగా, మీరు మీ మానసిక సారళ్య స్థితిని పెంచుకుంటారు. తద్వారా, మీ స్వీయ పరిశీలన శక్తి బలపడుతుంది. అందువల్ల మీరు వర్తమానంలో మెరుగ్గా ఉండగలరు. మీ విలువలకు అనుగుణంగా క్రియాశీలక చర్యలను అమలు చేయగలరు. మీ జీవన నాణ్యతను పెంచుకుంటారు. సమస్యలు వాటంతట అవే గమ్మత్తుగా

మాయం అయిపోవు. మీరు వాటిని మరింత దృఢంగా, ఎలా ఎదుర్కోవాలో, మరింతగా ప్రతిస్పందించే నైపుణ్యం కలిగి ఉంటారు.

మిమ్మల్ని మీరు నైపుణ్యంతో మెరుగుపర్చుకోవడం, స్వీయ పరిశీలనను కలిగి ఉండటం అంటే మీరు మీ జీవితంలోని భావోద్వేగాల నుండి శాశ్వతంగా దూరమైపోతారా? వాస్తవానికి, యిందుకు విరుద్ధంగా జరుగుతుంది! ACT దృక్కోణం నుండి చూస్తే, ఆందోళన, అసంతృప్తి తరచుగా "ప్రయోగ వికర్షణ" నుండి వస్తాయి. అంటే మనలో వున్న అవాంఛిత ఆలోచనలు, భావాలు, అనుభూతులపట్ల అంతర్గత ప్రతిఘటన. మీ అనుభవాన్ని వర్తమానంలో నివారించడం తాత్కాలికంగా పని చేయవచ్చు కానీ దీర్ఘకాలికంగా విఫలమవటమే కాకుండా మానసిక బాధలను కూడా సృష్టిస్తుంది. వైరుధ్యం ఏమిటంటే, బలమైన అనుభూతులు, ఆలోచనలు, భావోద్వేగాల నుండి కొంత అంతరాన్ని పొందడం ద్వారా, మనం వాటిని గమనిస్తాము, వాటిని అంగీకరించి క్రియాశీలకంగా మారడం ద్వారా వాటితో కలిసిమెలిసి ఉండగలుగుతాము. ఈ విధంగా, మనం జీవితంతో మరింత సన్నిహితంగా ఉంటాము. ఈ విధానం ప్రకారం, శ్రద్ధ అంటే ఉన్నతంగా ఉండడం, అనుభవం నుండి తొలగించడం కాదు. ఆ క్షణంలో మీరు అనుభవించే ప్రతిదానితోనూ, మిమ్మల్ని ఆరోగ్యకరమైన, స్థిరమైన స్పృహతో ఉండగలిగేలా చేయడం.

ACTలో, మీరు జీవితాన్ని నిర్వహించడానికి, మానసిక సౌలభ్యాన్ని పెంపొందించడంలో మీకు సహాయపడే సాధనాలుగా ఆరు "ముఖ్యమైన విధానాలు" ఉన్నాయి. ఒక్కోసారి యివి ఒకదానికంటే ఒకటి మిన్నగా కనిపిస్తాయి. ఇప్పుడు ఒక్కొక్క విధానాన్ని కాస్త నిశితంగా పరిశీలిద్దాం (ఇవి సాధారణంగా నిజ జీవితంలోనుంచే వస్తాయి!).

వర్తమానంతో కొనసాగుతున్నారు

ఇది వినేందుకు కాస్త గంభీరంగానే అనిపిస్తుంది. అయితే, ఇది కేవలం మీ స్వీయ పరిశీలన విషయంలో, బుద్ధిహీనమైన అనుభూతులను కలిగి ఉండటం, వాటి అనుభవంలో చిక్కుకోవడం (ప్రతికూలతతో ఉండటం) కంటే సరైన అవగాహన, స్పృహతో ఉండటం. ఇప్పుడు మనకు పూర్తిగా,

పరిపూర్ణమైన అవగాహన ఉంది. మనం విషయాలను అంగీకరిస్తాం, వాటితో కొనసాగుతూనే అప్రమత్తంగా ఉంటాము. ACTలో, మీ దగ్గర వర్తమానం మాత్రమే ఉంటుంది – భవిష్యత్తు యింకా రాలేదు. గతం అనేది కాలంతో వెళ్లిపోయింది. జీవితంతో మమేకం అయ్యేందుకుగానీ, ఎంపికలు చేసుకోవడానికిగానీ మన శక్తి మొత్తంగా వర్తమానంలోనే ఉంటుంది. కాబట్టి మనం వర్తమానం మీద దృష్టి పెడతాము!

మీరు ధ్యానంలో లేకపోయినప్పటికీ, మీ ఇంద్రియాల ద్వారా మిమ్మల్ని వర్తమానంలోకి తీసుకువచ్చే గ్రౌండింగ్ పద్ధతులను అభ్యసించడం ద్వారా మీరు చాలా పొందవచ్చు. మీ మనస్సు భవిష్యత్తు లేదా గతం వైపు పరుగెడుతూ ఉండవచ్చు. లేదంటే ఊహాజనిత కథలు, అవాంఛిత సంఘటనలను ఊహించి భయపడుతూ ఉండొచ్చు. అయితే, మీ శరీరం ఎప్పుడూ ఒకే చోట మాత్రమే ఉంటుంది: వర్తమానం. కాబట్టి, మీరు మీ శరీరంతో కనెక్ట్ అయినప్పుడు, మీరు తప్పనిసరిగా వర్తమానంతో కనెక్ట్ అవ్వాలి. మీ శరీరం మీ యాంకర్ – లేదా దానికి బదులుగా, మీకు ఐదు యాంకర్లు ఉన్నాయి: దృష్టి, ధ్వని, వాసన, రుచి మరియు స్పర్శ.

మీరు ఏ సమయంలోనైనా గ్రౌండింగ్ పద్ధతులను ప్రాక్టీస్ చేయవచ్చు. అది ఆందోళన నుండి బయటపడేందుకు ఉపకరిస్తుంది. లేదంటే వ్యాయామం చేసినట్టుగానో, పచ్చి కూరగాయలను తినడం మాదిరిగానో ఆరోగ్యానికి మెరుగు పరుస్తుంది. 5-4-3-2-1 టెక్నిక్‌ని ప్రయత్నించండి, ఇక్కడ మీరు చూడగలిగే ఐదు విషయాలలో పూర్తిగా అవగాహన పొందేందుకు క్షణంసేపు ఆగండి. ఆపై మీరు వినగలిగే నాలుగు విషయాలు, మీరు తాకగలిగే మూడు, వాసన చూడగలిగే రెండు, అంతిమంగా ఒక్కటి మీరు రుచి చూడగలరు. ఖచ్చితమైన వివరాలు ముఖ్యమైనవి కావు. ముఖ్యమైనది ఏమిటంటే, మీ ఇంద్రియాలను ఉపయోగించి మీరు ప్రస్తుత క్షణంలో పూర్తిగా మునిగిపోతారు. అందువల్ల మీరు నిరంతరం ఆత్రుతతో నెమరువేస్తున్న జ్ఞాపకాల నుండి దూరంగా వెళ్లిపోతారు. ఒక్కసారి మీరు అంతరాన్ని యివ్వగలిగితే, మీ ఆలోచనలు, భావాలను స్పష్టంగా చూడగలుగుతారు.

ఉదాహరణగా, మీరు స్టేజ్ 3 క్యాన్సర్‌తో బాధపడుతున్నారని డాక్టర్ మీకు చెప్పినట్టుగా ఊహించుకోండి. ఆ క్షణంలో మీరు బస్సును ఢీకొన్నట్లు అనిపిస్తుంది. మీరు టూల్‌కిట్‌లో నుంచి తీసే మొదటి సాధనం మీకు

అనుభవం ఉందని తెలుసుకోవడం. మీరు ప్రశాంతంగా కూర్చుని, మీ శారీరక ప్రతిచర్యలు, మీ ఆలోచనలు, మీ భావాలను గమనించడం ద్వారా స్వీయ పరిశీలనలోకి వెళ్లవచ్చు. మీరు గాఢంగా శ్వాస తీసుకోండి. మీరు మీ చుట్టూ ఉన్న వర్తమాన క్షణాన్ని చూసి, దాన్ని స్వీకరించండి.

అభిజ్ఞాత్మక విముఖత

ఇక్కడే మనం వెనక్కి వెళ్లి వేరుపడిపోతాం. ACTలో, మన అవగాహనలు, ఆలోచనలు ఏమిటో చూడటం నేర్చుకుంటాము: చిత్రాలు, చిహ్నాలు, స్వల్ప సమాచారం, కథలు, జ్ఞాపకాలు, ఊహలు మొదలైనవి. అందుకు విరుద్ధంగా: సంపూర్ణ వాస్తవికత, చట్టాలు మొదలుగా మనపై పూర్తి నియంత్రణ ఉన్నవి కూడా తెలుసుకుంటాం.

అభిజ్ఞాత్మక విముఖత అంటే ఏమిటో యిప్పుడు తెలుసుకుందాం. మన ఆలోచనలు వాస్తవికతతో సమానంగా ఉన్నట్లు మనం క్రియాశీలకంగా ప్రవర్తించినప్పుడు, మనం ఆ రెండింటినీ కలుపుతున్నామని చెప్పవచ్చు. మనం ఏమనుకుంటున్నామో అదే వాస్తవంలో జరుగుతుందని, అది నూటికి నూరు శాతం నిజమని, పూర్తి ప్రాముఖ్యత ఉందని మనం నమ్ముతున్నాము. ఒక్కోసారి, యీ విధానంలో, మన ఆలోచనలు అనుసరించాల్సిన అవసరం ఉందని లేదా అవి ఆదేశాలు అని మనం భావిస్తాము. మన మోకరిల్లిన ఊహ తెలివైనదనీ లేదా అన్నీ తెలిసినదనీ మనం భావిస్తుంటాము.

ఏది ఏమైనప్పటికీ, ఒక వస్తువు గురించి మన ఊహకూ, వాస్తవమైన వస్తువుకు మధ్య వ్యత్యాసం ఉంది. ఒక పరిస్థితి గురించి మన ఆలోచన, వాస్తవ పరిస్థితి రెండూ వేర్వేరు విషయాలు అని మనం తెలుసుకున్నప్పుడు, సాధారణంగా మనం నిరుత్సాహపడతాము. మనం నిస్సందేహంగా నమ్మే కథను, మనకు మనం చెప్పుకోవడానికి భాషను ఉపయోగిస్తున్నామని మనం గ్రహిస్తాము. నిర్వీర్యం చేయడం అంటే ప్రపంచాన్ని అది లేని విధంగా బలవంతంగా ఊహించడం కాదు. అందుకు బదులుగా ఇది మన ఆలోచనలను వాస్తవికతతో కలపడం అనే ప్రక్రియను రద్దు చేయడం. "యాపిల్" అనే పదం నిజమైన యాపిల్ కాదు. అదే విధంగా, పరిస్థితి గురించి మన ఆలోచన యదార్థ పరిస్థితి కాదు.

మన ఉదాహరణలో, మనం తీవ్రమైన ఆందోళన, విచారంలో చిక్కుకుపోవచ్చు. నిస్సహాయత, నిరాశ లేదా కోపంలో చిక్కుకుపోవచ్చు. కానీ మనం వర్తమానాన్ని పరిగణనలోకి తీసుకుని, మనలో మనం ఇంకా లోపలికి వెళితే, మనం దృక్పథాన్ని ఏర్పరచుకోవచ్చు. మన అనుభవాల లోపల యిరుక్కునిపోవడం కంటే బయటపడి స్వేచ్ఛగా ఉండవచ్చు. "నేను ప్రస్తుతం చాలా గందరగోళంలో ఉన్నాను" అని చెప్పడం కంటే, "నేను ఏమి చేయబోతున్నాను?" అని చెప్పుకోవడం సరళంగా ఉంటుంది.

అంగీకారం

ప్రస్తుత క్షణంలో మనం అనుభవించిన వాటిని క్షమించి విడిచి పెట్టడం లేదా వాటిని అంగీకరించడం కాదు. ఇది వాస్తవానికి, ఆ క్షణంలో జరుగుతున్న దానిని గుర్తించడం. మనం దానిని ప్రతిఘటించము, వాదనలోకి దిగము లేదా అది ఉనికిలో లేనట్లు నటించము. కేవలం దానిని 'ఉన్నది ఉన్నట్లుగా' ఉండటానికి చోటిస్తాము. ఏదైనా అంగీకరించడం అంటే మనం దానిని ఇష్టపడుతున్నామని లేదా అర్థం చేసుకున్నామని కాదు. అది వాస్తవమని మనం బహిరంగంగా, స్పష్టంగా అంగీకరిస్తున్నాము.

"విస్తరణ" అనే పదం మనకు మరింత సహాయకారి కావచ్చు. మనం కేవలం 'వర్తమాన క్షణానికి' కాస్త చోటు యిస్తాము. మీరు ఇంతకు ముందెన్నడూ ఆ విషయాన్ని అనుభవించని, జ్ఞాపకాలు లేని, అంచనాలు, ఊహలు లేదా భయాలు లేని గ్రహాంతర వాసిలాగా, ఏమి జరుగుతుందో మీరు తెలుసుకుంటున్నారని ఊహించుకోండి – మీరు గమనించిన వాటిని మీరు గమనించారు. కొంతమంది ACT అభ్యాసకులు సంచలనాన్ని "శ్వాస తీసుకోవడం"గా చెబుతూ ఉంటారు. మీ ఛాతీ అంతటా బిగుతుగా ఉన్నట్లుగా మీకు అనిపిస్తే, ఈ అనుభూతికి, శ్వాస తీసుకోవడాన్ని, మీరు ఏ విధంగా చోటు కల్పించగలరు?

దానిని అర్థం చేసుకునే బదులుగా ("మీరు ఒత్తిడికి లోనయ్యారు"), దానిని ప్రతిఘటించడం ("ఓహ్, ఇది ఏమీ కాదు"), లేదా భయాందోళన చెందడం ("నా హృదయంలో ఏదైనా లోపం ఉందా?") లాంటి వాటికి మీరు కేవలం చోటు కల్పించండి. మీరు ఉష్ణోగ్రత, వివిధ భావాలు, అవి

ఎక్కడ, ఎలా సంభవిస్తున్నాయో సంచనలనంగా గ్రహిస్తారు. శ్వాస గట్టిగా తీసుకున్నట్లుగా మీరు ఈ అవగాహనను తీసుకుని, దానిలోనికి విస్తరిస్తారు.

మన ఉదాహరణలో, "దానిపై పట్టు సాధించండి, మీరు వీటన్నింటి గురించి చాలా నాటకీయంగా వ్యవహరిస్తున్నారు", లేదా, "తలెత్తండి" లేదా, "మీరెందుకు ఎక్కువ కలత చెందడం లేదు? మీరు తప్పనిసరిగా తిరస్కరణలో ఉండాలి. మీరు దీన్ని సరిగ్గా చేయడం లేదు" లాంటి ఆలోచనలను చేసేందుకు ప్రలోభ పడవచ్చు.

కానీ, దానికి బదులుగా, ఒక తీర్మానానికి వెళ్లాల్సిన అవసరం లేకుండా, ఏదైనా సరిదిద్దాల్సిన అవసరం లేకుండా, అసౌకర్య అనుభూతుల నుండి తప్పించుకోవలసిన అవసరం లేకుండా మనం వాస్తవంగా 'ఎలా ఉన్నామో' అంగీకరించవచ్చు. వాస్తవానికి, మీరు ఈ విధంగా సంచలనాలకు వ్యతిరేకంగా పోరాడడాన్ని ఆపివేసినప్పుడు, మీరు వాటిని కొనసాగించడానికి తరచుగా ఉద్యుక్తులౌతారు. అదే సమయంలో, అవి మీపై తక్కువ ప్రభావం చూపుతాయి, ఎక్కువ కానే కాదు.

ఆత్మ పరిశీలన చేసుకోండి

వ్యక్తిగా మీరు యీ ప్రపంచంలో ఒక భాగం. అందువల్ల సమాజంలో జరిగే పరిస్థితులను మీరు కూడా అనుభవిస్తారు. దానికి ఆవల మరో పార్శ్వం కూడా ఉంది. అది దృఢంగా, స్థిరంగా, మార్పులేకుండా, పక్షపాతధోరణి లేకుండా, అవగాహనతో ఉంటుంది. అది ఏ విధంగానూ హాని చేయలేనిదిగా ఉంటుంది. మనం దానిని "ఆత్మ పరిశీలన" అని పిలుస్తాము. అనుభవం, మార్పు అనేవి మనపై ప్రభావం చూపిస్తాయి. కానీ మనలో ఒక భాగం ఎప్పుడూ, ఏ విధంగానూ ప్రభావితం కాకుండా ఉంటుంది. మనం 'ఆత్మ పరిశీలన'లో ఉన్నప్పుడు, ఏ అనుభవం శాశ్వతంగా ఉండదని, అది మనల్ని నియంత్రించదని, మనకు ప్రమాదకరం కాదని తెలుసుకునేంత నిర్లిప్తతతో ఉంటాము. మన ఆత్మ పరిశీలన ఉత్సుకతతో, బహిరంగంగా జీవితం పట్ల ఆసక్తిని కలిగి ఉంటుంది. దానిని ఎప్పటికీ నిరోధించదు లేదా నివారించదు. మనం ఏమి అనుభవించినా, అది ఎంత తీవ్రంగా ఉన్నా, మనలో వున్న మరో పార్శ్వం జాగ్రత్తగానే వుంటుంది. ఈ అనుభవాలకు అది ప్రభావితం

కాకుండా ఉంటుంది. ఇదే మనకు ఎంపిక చేసుకునే శక్తిని ఇస్తుంది. ఇదే మన విలువలను గుర్తించడానికి, ఆ విలువల పట్ల చర్యలను ఎంచుకోవడానికి అనుమతిస్తుంది – మనకు కలిగిన నశ్వరమైన అనుభవాలతో ఏ మాత్రం సంబంధం లేకుండా ఉంటుంది.

ఈ దశలో, మీ అవగాహనకు, మీ సాధారణ మానసిక అభిజ్ఞా ప్రక్రియల మధ్య తేడాను గుర్తించడం ముఖ్యం. జాగ్రత్తగా ఉండటం అంటే కేవలం ఆలోచించడం లాంటిది కాదు. ఆలోచనలో, మనం కొత్త భావాలను రూపొందిస్తాం, జ్ఞాపకాలుగా భద్రపరుస్తాం, మన నమ్మకాలను కొనసాగిస్తాం వగైరా వగైరా చేస్తాం. కానీ, మనం అవగాహనలో ఉన్నప్పుడు, ఆలోచించే మనస్సు ఏమి సృష్టిస్తుందో దానిని మనం గమనిస్తాము. మనం ఆలోచనలో ఉన్నప్పుడు "నేను ఏ మాత్రం సంతోషంగా లేను, పరిస్థితులు ఇలా ఉండకూడదు" అని మనం నమ్మకంతో ఉండొచ్చు, కానీ మన స్వీయ పరిశీలనలో, "పరిస్థితులు ఇలా ఉన్నాయి" అని మనం గమనించవచ్చు. ఆందోళనతో సతమతమయ్యే వారు తరచుగా బుద్ధిపూర్వకంగా దీనిని గుర్తించలేరు, ఎందుకంటే వారు రోజువారీ ఆలోచనలను "అవగాహన"గా భావిస్తారు. అది తప్పు.

మన ఉదాహరణలో, స్వీయ పరిశీలన అసలైన అనుభవం నుండి ఒక అడుగు వెనక్కి తీసుకోగలుగుతుంది. దాని ఫలితంగా రెండు స్వీయ పరిశీలనలు ఉంటాయి. ఒకటి దిగ్భ్రాంతికరమైన, బాధాకరమైన అనుభవమైతే, మరొకటి ఆ దిగ్భ్రాంతిని, బాధను గమనించటం. "నా బుర్రలో ప్రస్తుతం ఎన్నో విషయాలు ఉన్నాయి. నా శరీరం అకస్మాత్తుగా ఉద్విగ్నతకు గురైంది. నేను రోదించాలని అనుకుంటున్నాను. నేను చెడు వార్తలను వినటం, తగిన విధంగా స్పందించటం..."

మీ విలువలను కనుగొనండి

అవగాహన అనేది స్వతహాగా చాలా విలువైనది. కానీ ACT యొక్క శక్తి ఏమిటంటే, మనం అవగాహనతో ఉండటం, కలిగిన అవగాహన ద్వారా విషయాన్ని మరింత విస్తృతంగా చూడగలగడం.

నిజానికి మనకు ఏది ముఖ్యం?

మనం దేని గురించి ఎక్కువగా శ్రద్ధ వవహించాలి?

మనం ఎలాంటి వ్యక్తులుగా ఉండాలనుకుంటున్నాం?

మనం ఈ గ్రహం మీద ఎందుకు ఉన్నాం?

దేనిని ఎదుర్కొనేందుకు మనం నిలబడతాం, దేనిని సృష్టించడానికి లేదా రక్షించడానికి మనం ఎక్కువగా సిద్ధంగా ఉన్నాము?

మీ జీవితంలో ఏది ఎక్కువ ప్రయోజనాన్ని, ఆనందాన్ని, అర్థాన్ని తెస్తుంది?

మెరుగైన జీవితాన్ని సృష్టించుకోవడంలో ACT మనకు సహాయపడుతుందని చెప్పుకున్నాము. అయితే దీనిలో "మెరుగైనది" ఎంచుకోవడం అనేది నిర్ణయించడంలో వాస్తవానికి మనకు సహాయపడేవి మాత్రం మన స్వంత ప్రత్యేక వ్యక్తిగత విలువలు. మీ మనసులో, మీరు చిత్తశుద్ధితో జీవిస్తున్నట్లుగా కొన్ని సూత్రాలు, ప్రతిష్టాత్మకమైన నమ్మకాలు ఉంటాయి. ఇవి మిమ్మల్ని మీరు ఒక నిర్దేశించిన విధంగా జీవించేందుకు సహాయపడతాయి. లక్ష్యాలు స్వల్పకాలికంగానూ, ప్రత్యేకంగానూ ఉండొచ్చు. అయితే, జీవితంలో విలువలు అనేవి మన జీవితంలో పెద్ద పాత్రను పోషిస్తాయి.

కొన్నిసార్లు యీ విలువలు వైరుధ్యంతో ఉంటాయి. ఒక్కోసారి అస్పష్టంగా ఉంటాయి. అలాగే ఒక్కోసారి మారుతూ ఉంటాయి. అయినా పర్వాలేదు. మిమ్మల్ని మీరు యిలా ప్రశ్నించుకోండి. "ఈ పరిస్థితిలో యిప్పుడు, ప్రస్తుతం నా విలువలు ఏమిటి?". మిమ్మల్ని మీరు తరచుగా యిలా ప్రశ్నించుకుంటే, మీరు ఎప్పటికీ చాలా దూరం వెళ్లిపోలేరు!

మనం మళ్లీ మన ఉదాహరణకి తిరిగి వద్దాం. కాలక్రమంలో మనం ఇలా చెప్పుకోగలుగుతాము, "నేను ఎప్పుడూ భయం అనే భావోద్వేగంతో నా జీవిత మార్గనిర్దేశం నియంత్రించబడాలని కోరుకోను. నేను ధైర్యవంతుడిని. నేను ధైర్యానికి విలువిస్తాను. నా ఆరోగ్యంతో సంబంధం లేకుండా, నేను ఎల్లప్పుడూ దృఢంగా, గౌరవంగా ఉండగలనని నాకు తెలుసు, అదే నాకు ధైర్యాన్ని ఇస్తుంది."

నిబద్ధతతో కూడిన చర్యలను తీసుకోండి

చివరగా, మీ విలువలు స్పష్టంగా ఉన్నప్పుడు, మీరు వాటి గురించి తెలుసుకున్నప్పుడు, మీరు తుది ప్రక్రియలో పాల్గొనవచ్చు: నిబద్ధతతో కూడిన చర్య. ఇది మునుపు చేసినది మాత్రమే కాదు, విలువైన చర్య. చైతన్యవంతమైన ప్రేరణ లేదా అవసరం లేని చర్య మంచికి ఎదురు వెళ్లలేకపోయినా, చెడుతో మాత్రం స్నేహం చేస్తుంది. అయినప్పటికీ మీ విలువల ద్వారా మార్గనిర్దేశం చేయడానికి మీకు తగినంత స్పృహ ఉన్నట్లయితే, మీరు ఏ క్షణంలోనైనా చర్య తీసుకోవచ్చు. కానీ మీ చర్యలకు ఒక స్వరూపాన్నీ, అర్థాన్నీ ఇవ్వడం అనేది మీ ఇష్టం.

మీరు క్యాన్సర్ రోగగ్రస్తులనుకోండి. మీరు ఆ వ్యాధి నిర్ధారణ జరిగిన తర్వాత ఆ వ్యాధి గురించి సాధ్యమైనంత ఎక్కువ సమాచారాన్ని సేకరించాలని నిర్ణయించుకుంటారు. సమాచారం సేకరించడం, ఆరోగ్యంపట్ల క్రియాశీలత చూపించడంపట్ల మీరు బాధ్యతగా ఉంటారు. ఎటువంటి భయాందోళనలను మీ దరికి చేరనీయకుండా మీ ఆరోగ్యానికి బాధ్యత వహిస్తారు. మీ డాక్టర్‌తో చర్చించడానికి వెళ్లినపుడు ఒక నోట్ పుస్తకంలో మీకు కలిగిన సందేహాలకు సమాధానాలను రాసుకుంటారు. మీ రోగనిర్ధారణ గురించి, మీ కుటుంబ సభ్యులతో మీరు ఎలా మాట్లాడబోతున్నారనే దాని గురించి మీరు ముందుగానే సిద్ధంగా ఉంటారు.

మీరు గమనించినట్లయితే, ACT విధానం అవగాహననూ, అంగీకారాన్ని మిళితం చేస్తుంది. వాస్తవానికి మీ జీవితాన్ని మెరుగుపరిచే చైతన్యంతో విలువ-ఆధారిత చర్యను ప్రారంభించడానికి దీనిని ఉపయోగిస్తుంది. మీరు మీ అంతర్గత అనుభవానికి, జీవితానికి గల సంబంధాన్ని మార్చుకుంటారు. మిమ్మల్ని మీరు మరింత నియంత్రణలో ఉంచుకుంటారు. బాహ్య సంఘటనలు మీపై చూపే ప్రభావాన్ని తగ్గించుకుంటారు. మీరు పరిస్థితులను మార్చలేనప్పుడు, అంగీకార భాగం దానితో ఒప్పందానికి రావడానికి మిమ్మల్ని అనుమతిస్తుంది. మీరు మీ పరిస్థితులను మార్చగలిగినప్పుడు, మీరు సాధికారత, అవగాహన ఉన్న స్థానం నుండి చేయగలిగే మీ చర్యలు మీ జీవితంలో అంతిమంగా ముఖ్యమైన వాటిని ప్రతిబింబించేలా చూసుకోండి. దైనందిన జీవితంలో శ్రద్ధను ఎక్కువ

అమలుపరుస్తూ ఆచరణాత్మకంగా మార్చడానికి ఒక మార్గంగా భావించండి – అలాగే వ్యక్తిగతంగా కూడా మరింత అర్థవంతంగా ఉంటుంది.

ఇప్పుడు, పైన పేర్కొన్నవన్నీ గుర్తుంచుకోవడానికి చాలా ఎక్కువగా అనిపించవచ్చు! కానీ ప్రస్తుతం మీ జీవితంలోకి ACT విధానాన్ని తీసుకురావడానికి ఒక సులభమైన మార్గం ఉంది:

ACT అనే సంక్షిప్త పదాన్ని గుర్తుంచుకోండి.

A – Accept ప్రస్తుత క్షణంలో మీ అంతర్గత అనుభవాన్ని అంగీకరించండి.

C – Choose a valued direction. విలువైన దిశను ఎంచుకోండి

T – Take action in that direction. ఆ దిశగా చర్య తీసుకోండి

ఉదాహరణకి:

A – అంగీకరించు. మీ స్నేహితులు ఏదో సందర్భంగా పార్టీ చేసుకుంటున్నారు. ఆ పార్టీకి మిమ్మల్ని వాళ్లు ఆహ్వానించలేదు. ఒక్కసారి గాఢంగా ఊపిరి పీల్చుకోండి. ఎటువంటి పక్షపాతం లేకుండా, మీ స్వీయ పరిశీలనలో వచ్చే భావాలను అంగీకరించండి, వాటిని విస్తరింపజేయండి.

C – Choose a valued direction – విలువైన దిశను ఎంచుకోండి. మీ సంబంధాలలో దయ, కరుణకు మీరు విలువ ఇస్తారని గుర్తుంచుకోండి. దయతో క్షమించడం, మరచిపోవడాన్ని ఎంచుకోండి. మీ స్నేహితులు గుర్తించినా గుర్తించకపోయినా మీకు సహజమైన విలువ ఉందని తెలుసుకోండి.

T – Take action in that direction – చర్య తీసుకోండి; మరొక స్నేహితుడిని పార్టీకి పిలవండి, హుషారుగా ఉండండి. మీ స్నేహితులు మిమ్మల్ని తిరస్కరించారని భావోద్వేగంలో

బాధపడుతూ కూర్చోవడం కంటే మీరు ఆనందించే పని ఏదైనా చేయండి.

వెంటాడే జ్ఞాపకాలపై విజయం సాధించడం

రాబోయే అధ్యాయంలో, ఆందోళనతో కూడిన ఆలోచనల యొక్క స్వరూపాలను యింకాస్త నిశితంగా పరిశీలిస్తాము. ఈ ఆలోచనలను మనం ఎలా ఆధీనంలో ఉంచుకోవచ్చు, వాటిని ఎలా పునః నిర్వచించుకోవచ్చు అనే విషయాలు మనకు బాగా పని చేస్తాయి. అయితే, ప్రస్తుతానికి, 'అతిగా ఆలోచించడం' అనే విషయం గురించి తెలుసుకుందాం. ఇది మెదడు 'నెమరు వేయడం' లాంటిది. జరిగిపోయిన విషయాలను పదే పదే జ్ఞప్తికి తెచ్చుకోవడం. ఇలా వెంటాడే జ్ఞాపకాలతో పాటుగా ఆందోళన కూడా కలిసి ఉంటుంది. వాస్తవానికి, యీ జ్ఞాపకాలే మనలో ఆందోళనను సృష్టించే ప్రధాన కారణంగా భావించవచ్చు!

సాధారణంగా, మన 'మెదడు' అనేది సమస్యలను పరిష్కరించడానికి, కొత్త విషయాలను సృష్టించడానికి, మన లక్ష్యాలను గుర్తించి అందుకు అనుగుణంగా పని చేయడానికి మనకు సహాయపడే అద్భుతమైన సాధనం. ఆలోచించడం అనేది ఒక 'అద్భుతం'. ఇది మన పూర్వీకులు విషయాలను తెలుసుకోవడానికి, ప్రమాదాన్ని నివారించడానికి, వాతావరణాన్ని సరిగ్గా అంచనా వేయడానికి ఉపయోగించారు. అయితే, అదే మానసిక ప్రక్రియ అదుపు తప్పితే పీడకలగా మారుతుంది. మనస్సు, అనేది మన పెద్దవాళ్లు చెప్పినట్లు, 'మంచి సేవకుడు' కానీ 'భయంకరమైన యజమాని'.

వెంటాడే జ్ఞాపకాలను ఎలా గుర్తిస్తారు?

వివరాలను పదే పదే పరిశీలించుకోవడం, మన గురించి మనమే డంబాలు పలకడం, అవకాశాలపై మక్కువ పెంచుకోవడం, మనల్ని మనం తగ్గించుకోవడం, ఆలోచించడం మానేయడానికి ప్రయత్నించడం, కానీ అది చేయలేకపోవడం, ఊహాజనిత దృశ్యాలు, చర్చలను రిహార్సల్ చేయడం.. యిలాంటివన్నీ వెంటాడే జ్ఞాపకాలలో (Rumination) భాగం. మన మెదడు ఒక విషయాన్ని పదే పదే తలుచుకుంటూ (నెమరు వేస్తూ) మీకు

సహాయం చేస్తుందని అనుకుంటుంది, కానీ దానివల్ల మీరు ఒత్తిడికి లోనయ్యే ప్రమాదం ఉంది. సాధారణ ఆలోచనకూ, పదే పదే ఆలోచించటానికి మధ్య తేడా ఏమిటి? ఇది చెప్పడం చాలా సులభం: సాధారణ ఆలోచన సమస్యలను పరిష్కరించడంలోనూ, విషయాలను నేర్చుకోవడంలోనూ మనకు సహాయపడుతుంది. పదే పదే ఆలోచించడం అనేది ఎందుకూ పనికిరానిది – అదంతా మనకు చెడు చేస్తుంది.

నిజమేమిటంటే, మనమందరం ఎప్పుడో ఒకసారి యిలాంటి స్థితిలో ఉంటాము. మనం అనేక ఆలోచనలలో చిక్కుకుపోతాము. కానీ, ఆ ఆలోచనలకు ఎలా స్పందించాలో మనం ఎంచుకోవచ్చు. చురుకైన, బహిరంగ, ఉత్సుకతతో కూడిన మనస్తత్వంలో ఉన్నప్పుడుకూడా మనం ఎందుకు యిలా అవుతామో చూద్దాం.

సాధారణంగా, మనం ఒక విషయాన్ని పదే పదే ఆలోచన చేయడానికి యీ రెండు విషయాలలో ఏదో ఒకటి అవుతుంది:

- భవిష్యత్తు కోసం సిద్ధం కావటం
- గతం నుండి నేర్చుకోవడం

మనం ఆందోళన చెందే సమయంలోనూ, దేని గురించైనా పునరుద్ఘాటిస్తున్నప్పుడు మనం తాత్కాలికంగా తక్కువ ఒత్తిడికి గురవుతామని పరిశోధనలు చెబుతున్నాయి. ఆ సమయంలో కలత చెందడం మనకు నియంత్రణ అనే భ్రమను కలిగిస్తుంది – మనం ఎంత ఎక్కువగా కలత చెందుతామో, భవిష్యత్ దృష్టాంతం కోసం మనం అంత బాగా సిద్ధమవుతామని లేదా గతాన్ని మరింత క్షుణ్ణంగా అర్థం చేసుకున్నామని మనం ఊహించుకుంటాము. అయితే, ఉపశమనం అనేది ఒక భ్రమ మాత్రమే కాకుండా అది స్వల్పకాలికం. ఎందుకంటే ఇది వాస్తవానికి ఏ ప్రయోజనాన్ని మనకు కలుగజేయదు.

మీరు ఆలోచించడం కంటే గత కాలపు ఆలోచనలలో చిక్కుకున్నారనటానికి పెద్ద సంకేతం ఏమిటంటే మీరు దాని వలయంలో తిరుగుతున్నారు. సాధారణంగా ఏదైనా ఆలోచనకు ప్రారంభం మరియు ముగింపు ఉంటుంది. అయితే జ్ఞాపకాల వలయం ఒకే విషయాన్ని పదే పదే మనసు తెరపై ఉంచుతుంది. అంతిమంగా యిది ఎలాంటి సహాయం

చేయదు. ఇది ఎటువంటి తాజా అంతర్దృష్టులను అందించదు. అంటే, దానివల్ల మీరు కొత్తగా ఏమీ నేర్చుకోరు.

జ్ఞాపకాల వలయం యొక్క మరో చెప్పుకోదగ్గ సంకేతం దాని భావోద్వేగ శక్తి. మీరు పనికిరాని చెత్త విషయాలపై దృష్టి పెడుతున్నారా? అయితే మీరు జ్ఞాపకాల వలయంలో చిక్కుకున్నారన్నమాట. ఇది నిజం. మీకు ఒక చెడు విషయం జరగవచ్చు, కానీ మీరు ప్రత్యేకంగా జరిగే చెత్త విషయాలపై దృష్టి సారించి, మంచి విషయాలను, వాటి ఫలితాలను విస్మరిస్తే, మీరు ఆ వలయంలో చిక్కుకు పోయారన్న మాట.

మీరు మీ ఆలోచనలను ఎందుకు సవాలు చేయకూడదు

ఒక సాధారణ సాంకేతికత, ఉదాహరణకు CBTలో, (Cognitive behavioral therapy) ఆలోచనలను సవాలు చేయడం, వాటిని మరింత ఖచ్చితమైన వాటితో భర్తీ చేయడానికి ప్రయత్నించడం అనేది ఉంటుంది. అయితే, యిందులో ఇబ్బంది ఏమిటంటే, ఇది మేధోపరంగా సరైనదే అయినప్పటికీ, ఇది చాలా అరుదుగా పనిచేస్తుంది.

"అనుభవపూర్వక ఎగవేత" గుర్తుందా? మీరు మీతో వాదించుకున్నప్పుడు, మీరు తప్పనిసరిగా మీ ప్రస్తుత వాస్తవికతతో విభేదిస్తున్నారు తద్వారా పక్షపాతాన్ని, అసహన వైఖరిని అవలంబిస్తారు.

మీ మనస్సులో స్వయంచాలకంగా, ఆకస్మికంగా ఉద్భవించే వాటికి మీరు ఏమీ చేయలేరు. కాబట్టి దానికి బదులుగా మీరు ఏమి ఆలోచించాలి అనే దాని గురించి మరింతగా వాదించడానికి లేదా దానికి వ్యతిరేకంగా పోరాడటానికి ఏమి సహాయపడుతుంది? వాస్తవానికి, ఈ ప్రక్రియ చాలా తరచుగా ఆందోళన, జ్ఞాపకాల వలయంల ముగింపు కంటే వాటి ప్రారంభాన్ని సూచిస్తుంది.

అవును, మన ఆలోచనలు అనేవి మన దగ్గర వున్న సమాచారం, గుర్తులు, వాటి కథలు మాత్రమే. అవి వాస్తవంలో నిజం కానవసరం లేదు. కానీ మనం ఆసక్తిగా, ప్రత్యేక శ్రద్ధతో చూడగలిగే మనస్తత్వాన్ని అలవర్చుకోగలిగితే, మనం యీ ఆలోచనలపై పక్షపాతధోరణిలో తీర్పు ఇవ్వకుండా వీటి గురించి సమగ్రంగా తెలుసుకోవచ్చు. ఒక్కోసారి, "సరైన"

ఆలోచన ఏమిటో తెలుసుకోవడం సాధ్యం కాదు. ఇది మనకు తరచుగా జరుగుతుంది! ముఖ్యంగా మీరు అపరిచయులతో వ్యవహరిస్తున్నట్లయితే, మీకు కలిగిన ఆలోచనలతో వ్యవహరించడం మీకు సాధ్యపడక పోవచ్చు.

అందువల్ల, వివేకంతో వ్యవహరించడానికి ప్రయత్నించండి. మిమ్మల్ని మీరు సవాలు చేసుకోవడం, మీతో మీరు వాదించుకోవడం అవసరం లేదు. ఇది యుద్ధం కాదు. అందువల్ల దానికి బదులుగా, మృదువుగా, సున్నితంగా, ఆసక్తిగా వ్యవహరించండి. మిమ్మల్ని మీరు ఇలా ప్రశ్నించుకోండి:

ఈ ఆలోచన నాకు ఏమైనా సహాయం చేస్తుందా?

మనం ఎక్కడికి వెళ్లాలనుకుంటున్నామో, అక్కడికి యిది మనల్ని నడిపిస్తుందో లేదో తెలుసుకోవాలనుకుంటున్నాము. ఒక ఆలోచన నిజమైనదేనా, మంచిదేనా అనే దానికి తావులేదు. ఇది నైతిక తీర్పు కాదు. ఎందుకంటే ఒక ఆలోచన నిజం కావచ్చు కానీ అది మనకు ఏ మాత్రం సహాయకారిగా ఉండదు. నూటికి నూరు శాతం ఖచ్చితత్వంతో కూడుకున్నప్పటికీ, దానిపై ఆధారపడడం చెడ్డ ఆలోచన కావచ్చు. మనలో చాలా మంది అతిగా ఆలోచించడం అనే దానిలో చిక్కుకుంటారు. ఎందుకంటే మనం మంచి, చెడుల గురించి తీర్పులు ఇస్తున్నాము. ఈ ప్రక్రియలో మనల్ని మనం యిబ్బంది పెట్టుకోవచ్చు. అయితే, ఇది ఉపయోగకరమైన కొలత కాదు.

అయితే, సహాయకరమైన ప్రశ్న నుండి సహాయం చేయని ప్రశ్నకు మారడం సులభం. ఇది విషయాలను వాస్తవంలోకి తెస్తుంది. వాటిని మీ జీవితంలో మీరు ఏమి సాధించాలనుకుంటున్నారు అనే సందర్భంలో ఉంచుతుంది. మనం ACTని పరిగణించినప్పుడు చేసినట్లే, మనం ఒక చర్యను కొలమానంగా ఉపయోగిస్తాము. ఒక ఆలోచనను కలిగి ఉండటంలో, మన విలువల ప్రకారం పనిచేయడానికి మనం మరింత ప్రేరణ పొందినట్లయితే, అది సహాయకరంగా ఉంటుందని చెప్పవచ్చు. ఒక ఆలోచన మనల్ని ప్రోత్సహిస్తే, మనల్ని మరింత దృఢంగా మార్చితే, భవిష్యత్తు ప్రణాళికల కోసం ఉపయోగపడితే, తట్టుకోవడంలో సహాయం చేస్తే లేదా మనకు బోధిస్తే, అది ఉపయోగకరంగా ఉంటుంది. మనం ప్రాథమికంగా ఒక ఆలోచనను తీసుకోవాలనుకుంటున్నాము, దానిని వెలుగులోనికి తెచ్చి అడగాలనుకుంటున్నాము, "వాస్తవానికి ఇది నా కోసం ఏమి సృష్టిస్తుంది?"

కొన్ని ఉదాహరణలు యీ విషయాన్ని స్పష్టం చేస్తాయి.

ఇక్కడ ఒక ఆలోచన ఉంది: "నా సంబంధం నన్ను అసంతృప్తికి గురి చేస్తోంది" మీరు ఈ ఆలోచన అనుకుంటే, దాని ఫలితం ఏమిటి? మీరు అసంతృప్తిగా ఉంటారు. మీ దృష్టి, లక్ష్యం కూడా అసంతృప్తికి గురి కాబడతాయి. అదే జరుగుతుంది. మీరు తలచింది నిజమే, కానీ అలా ఆలోచించడం సరికాదు. ఏ విధంగానైనా సరే! మీరు ఈ ఆలోచన ద్వారా మార్గనిర్దేశం చేయబడితే, మీరు ఆ దురదృష్టకర భావాలతో ఉండిపోవడం ఒక దృష్టాంతం. మీరు నిరుత్సాహంగానూ, నిష్క్రియంగానూ భావిస్తారు.

"అంతా బాగానే ఉంది, చింతించాల్సిన పని లేదు" అని కూడా మీరు అనుకోవచ్చు. ఈ సందర్భంలో, ఆలోచన అసత్యంగానూ, పనికిరానిదిగానూ ఉంటుంది! ఈ ఆలోచన ద్వారా మార్గనిర్దేశం చేయబడితే, మీరు మీ తలని ఉష్ట్రపక్షిలా ఇసుకలో దాచుకుని, ఎందుకూ పనికిరాని సంబంధంలో ఉంటారు.

చివరగా, మీరు ఇలా అనుకోవచ్చు, "నేను ఇకపై ఈ సంబంధంలో ఉండాలనుకోవటం లేదు. కానీ నేను ఇంకా ఎలాంటి ఎంపిక చేయలేదు. నేను నిర్ణయం తీసుకోవడానికి భయపడుతున్నాను" ఈ ఆలోచన వేరు. ఇది అసంతృప్తిని అంగీకరిస్తుంది. కానీ సమస్యను పరిష్కరించడానికి లేదా చర్య తీసుకోవడానికి మార్గం చూపిస్తుంది. ఇది మిగతా రెండింటి కంటే చాలా ఉపయోగకరంగా ఉంటుంది, ఎందుకంటే మీరు దీని ద్వారా మార్గనిర్దేశం చేయబడితే, మీరు చర్య తీసుకునే విధానానికి, తద్వారా ఒక పరిష్కారానికి వచ్చే అవకాశం ఉంది.

వెంటాడే జ్ఞాపకాలు మనకు సహాయకారిగా ఉన్నట్టు అనిపిస్తాయి, కానీ నిశితంగా పరిశీలించినప్పుడు, అవి ఏ మాత్రం సహాయకారి కాదు. అవి మీకు ఎటువంటి ఆచరణాత్మక సమాచారాన్ని అందించవు. ముందుకు వెళ్లే మార్గాన్ని సూచించ లేవు. పరిష్కారాన్ని అసలు సూచించ లేవు. మీరు మీ ఆలోచనలను వాటి క్రియాత్మక విలువ పరంగా చూడటం ప్రారంభించినట్లయితే, మీరు దృక్పథాన్ని, లక్ష్యాలను అర్థం చేసుకోగలుగుతారు, మరింత చురుగ్గా ఉంటారు. అంతకుమించి, మిమ్మల్ని ఒత్తిడికి గురిచేసే పనికిరాని వ్యాయామంలా కాకుండా ఆలోచనను ఒక సాధనంగా ఉపయోగించగలరు.

సరే, మీరు అసలు ఏవైనా పరిష్కారాల గురించి ఆలోచించనట్లయితే ఏం జరుగుతుంది? ఇది గమ్మత్తైనది, కానీ సమాధానం స్పష్టంగా ఉంటుంది: ఆలోచన అనేది మీ సమస్యకు సహాయం చేయలేకపోతే.. అప్పుడు దాని గురించి ఆలోచించవద్దు! మీరు ఏదైనా ఒక సమయంలో పరిష్కారాన్ని కనుగొనలేనంత కలత చెందవచ్చు. అప్పుడు మీరు భావోద్వేగానికి లోనవుతారు. మీరు ఓపికపట్టాలి. పరిస్థితి కొద్దిగా పరిణామం చెందే వరకు వేచి ఉండాలి. ఎలాగైనా, జ్ఞాపకాల ఒత్తిడి మీకు సహాయం చేయదు. పైగా అది నీటిని మరింత బురదగా మార్చవచ్చు. అందువల్ల, ఈ సందర్భంలో, ఆరోగ్యకరమైన వేరే మార్గాన్ని కనుగొనండి. ఆ తర్వాత సమస్యకు తిరిగి రండి. అప్పుడు దానిని కొత్తగా చూడండి. ఇది తప్పించుకోవడంతో సమానం కాదు; సమస్యకు పరిష్కారం అవసరమని మీరు అంగీకరిస్తున్నారు, అయితే, మీరు ఇంకా పరిష్కారాన్ని కనుగొనే మానసిక స్థితిలో లేరని కూడా మీరు గుర్తిస్తున్నారు.

మునుపటి విభాగం నుండి ACTకి తిరిగి వచ్చినప్పుడు, మీరు పూర్తిగా నిరుత్సాహంగా, కలత చెందడాన్ని మీరు గమనించవచ్చు. మీకు మీరే ఇలా చెప్పుకోవచ్చు, "నేను ఎక్కడికీ వెళ్లలేను. నేను కొద్దిసేపు ఆగి, ఊపిరి పీల్చుకుని, నా బుర్ర ఖాళీ అయ్యే వరకూ కొద్దిసేపు పరుగెత్తబోతున్నాను". ఇది మిమ్మల్ని శాంతపరచడానికి, జ్ఞాపకాల వలలో చిక్కకుండా తప్పించుకునే మానసిక స్థితికి చేరుకోవడానికి సరిపోతుంది.

మీ మెదడు శక్తివంతమైన సమస్యా పరిష్కార యంత్రం లాంటిది. ఆలోచన అనేది దాని ప్రధాన వ్యాపకం. కానీ అంతిమంగా, మీరు (మీ చేతన అవగాహన స్థితి, మీ ఉద్దేశ్యం) దానికి బాధ్యత వహిస్తారు. మీరు పరిష్కరించలేని సమస్య గురించి చింతిస్తూ ఉంటే, మెదడు యంత్రాన్ని ఆఫ్ చేయడం లేదా మళ్లించడం అనేది మీ ఇష్టం. దాన్ని ఆపడానికి ఏమీ చేయకపోయినా, మీ మెదడు పరిష్కరించలేని సమస్యను ఆవేశంతో పరిష్కరించడానికి ప్రయత్నిస్తుంది. కానీ మీరు ఎల్లప్పుడూ, ఎక్కువగా, మీ స్వీయ పరిశీలనతో కనెక్ట్ కావచ్చు. అదే సమయంలో మీకు సహాయం చేయని జ్ఞాపకాలను వదిలివేయడాన్ని ఎంచుకోవచ్చు. ఇక్కడ, అంగీకారం అమలులోకి వస్తుంది. గొప్పది కానప్పటికీ, మార్చలేని పరిస్థితిని గుర్తించి, స్వీకరించడాన్ని మనం స్పృహతో ఎంచుకున్నట్లు దీని అర్థం కావచ్చు.

మనం, మన మెదడు చేసే పనులకు బాధ్యత వహించాలి. ఇలా అనుకోండి, "ధన్యవాదాలు, మెదడు, కానీ నీ సమస్య పరిష్కారం నిపుణత ఇకపై అవసరం లేదు".

మీ ఆలోచనలను సవాలు చేయాల్సిన అవసరం లేదని, వాటితో యుద్ధం చేయాల్సిన అవసరం లేదని గుర్తుంచుకోండి. మీరు మీ ఆలోచనలను ఆపడానికి ప్రయత్నించాల్సిన అవసరం లేదు. అందుకు బదులుగా, మీరు మనిషి కాబట్టి, అన్ని రకాల ఆలోచనలు – ఉపయోగకరమైనవి, సహాయపడనివి, నిజమైనవి, అసత్యమైనవి – మీ మనస్సులో ఉద్భవిస్తాయని తెలుసుకోండి. అయితే అవన్నీ ఆలోచనలే. మీరు ఎల్లప్పుడూ వాటి గురించి తెలుసుకోవచ్చు. ఏమి జరుగుతుందో గమనించవచ్చు. అవి ఒకసారి కనుమరుగయిన తర్వాత వాటిని ఏమి చేయాలో మీరే ఎంచుకోవచ్చు.

ఉపయోగకరమైన ఆలోచన మీకు మార్గనిర్దేశం చేస్తుంది, మీకు స్ఫూర్తినిస్తుంది, పరిష్కారాన్ని చూడడంలో మీకు సహాయపడుతుంది లేదా మీకు నేర్చుకునే అంతర్దృష్టిని అందిస్తుంది.

ఉపయోగకరంకాని ఆలోచన మిమ్మల్ని అనేక సమస్యలలో ఇరుక్కుపోయేలా చేస్తుంది. ఇది మీ అవగాహనను పరిమితం చేస్తుంది. మీకు మీరుగా సృష్టించుకున్న ఒక వింత సొరంగంలో మిమ్మల్ని ఉంచుతుంది. ఆ సొరంగం లోపల, మనం ముఖ్యమైన సమాచారాన్ని కోల్పోతాము!

ప్రశాంతంగా, సంగ్రహంగా, నియంత్రణలో ఉండాలంటే, మనకు కేవలం "మంచి" ఆలోచనలు మాత్రమే వచ్చే స్వచ్ఛమైన మనస్సులు ఉన్నాయని అర్థం కాదు. బదులుగా, మనకు సాధారణమైన ఆలోచనలు ఉంటాయి. కానీ మనం ఇప్పుడు ఈ చక్రానికి వెలుపల ఉన్నాము. దానిని దూరం నుండి చూడగలుగుతున్నాము. అందువల్ల, ఈ ఆలోచనలు ఏవైనా మనకు, మన విలువలకు పని చేస్తాయో లేదో స్పృహతో ఎంచుకోగలుగుతాము. ఆలోచన కలిగి ఉండడంలో ఎలాంటి అర్థం లేదని తెలుసుకోవడం నిజంగా ఎంతో స్వేచ్ఛ – ఇది కేవలం ఆలోచన మాత్రమే!

జ్ఞాపకాల వలయం, లేదంటే అతిగా ఆలోచించడం అనే రంగులరాట్నం నుండి బయటపడే మార్గం ఏమిటంటే, ఆ పరిశీలనలోకి ఒకసారి ప్రవేశించడం, ఏది ముఖ్యమైనదో మనం నిర్ణయించుకోగలమని గ్రహించడం. మనం ఆ ఆలోచనలను జల్లెడ పట్టవచ్చు. అందులో

ఉపయోగకరమైన వాటిని ఎంచుకోవచ్చు, ఉపయోగకరంగా లేని వాటిని వదిలివేయవచ్చు. ఎలా ప్రవర్తించాలో– అంటే క్రియాశీలకంగా ఉండాలో లేదో మనం ఎంచుకోవచ్చు. మన చేతన స్థితిలో అవగాహన, చర్య మన శక్తి ఉన్న చోట ఉంటుంది – మన ఆలోచనలు మనల్ని నియంత్రించలేవు లేదా మభ్యపెట్టవు.

సాధికారత కోసం వ్యూహాలు

ఆలోచన అనేది ముఖ్యం కాదు. అయితే మీరు ఆ ఆలోచనతో ఏమి చేస్తారనేది చాలా ముఖ్యం.

ఒకసారి వాటిని గుర్తించిన తర్వాత, సహాయం చేయని ఆలోచన వలయాలు మన జీవితానికి విలువను, సహాయాన్ని అందించే చర్యలుగా మార్చబడతాయి. గుర్తుంచుకోండి, మనం అభిజ్ఞాపరంగా "సంలీనం" అయినప్పుడు, మన ఆలోచనలు సర్వశక్తిమంతమైనవని, వాటిని తిరస్కరించలేని సంపూర్ణ సత్యంగా పాటించవలసి ఉంటుందనే అధికారం కలిగి వున్నామని మనం నమ్ముతాము. కానీ అది ఒక భ్రమ. నిజానికి వాటికి మనమే బాధ్యత వహిస్తాము. మీరు దీన్ని గ్రహించిన తర్వాత, అలోచనా వలయాల రంగులరాట్నం నుండి బయటపడటం, మీలో గాఢమైన ప్రశాంతతను కనుగొనడం సులభం. మీ మానసిక స్థితిని మార్చుకోవడానికి, మీ శక్తిని మీరే గుర్తు చేసుకోవడానికి ఇక్కడ కొన్ని మార్గాలు ఉన్నాయి.

మీలో కలిగే జ్ఞాపకాల వలయంల యొక్క మూలాన్ని అర్థం చేసుకోండి

జ్ఞాపకాల వలయంలో కొట్టుకుపోవటం అనే అలవాటు కొంత ప్రయోజనాన్ని అందిస్తుంది – అది ఏమిటి? ఇది ఏ మానసిక అవసరాన్ని పూరిస్తుంది? సాధారణంగా, జ్ఞాపకాల వలయాల సమస్య నిజానికి పరిష్కారంగా కనిపిస్తుంది. నియంత్రణలో ఉన్నట్లు అనిపిస్తుంది. కొన్నిసార్లు, మనం నిస్సహాయంగా లేదా దుర్బలంగా భావించినప్పుడు ఈ చెడు అలవాటును తిరిగి పొందుతాము. ఇతర సమయాల్లో, అనిశ్చితి యొక్క ఆందోళనను

తగ్గిస్తుందని మనం విశ్వసిస్తున్నందువల్ల మనం అతిగా ఆలోచిస్తాము. కొంతమందికి, అతిగా ఆలోచించడం అనేది మానసికంగా వినోదం పొందేందుకు, ఇతరులకన్నా ఉన్నతంగా భావించడానికి ఒక మార్గం. ఏది ఏమైనప్పటికీ, మీ జీవితంలో జ్ఞాపకాల వలయాలు పోషిస్తున్న పాత్రను మీరు గుర్తించగలిగితే, ఆ అవసరాన్ని మరింత ఉపయోగకరంగా తీర్చడానికి మీరు చర్యలు తీసుకోవచ్చు (మళ్ళీ ఆ పదం ఉంది!). అనిశ్చితి, ఎల్లప్పుడూ నియంత్రణలో ఉండకపోవడం వల్ల కలిగే అసౌకర్యాన్ని తట్టుకోవడం, నేర్చుకోవడానికి మీరు మార్గాలను కనుగొనవలసి ఉంటుంది.

నియంత్రణను వదులుకోవడం చాలా భయానకంగా ఉంటుందని మీరు అనుకోవచ్చు. కానీ నిజం ఏమిటంటే కొంచెం విశ్వాసం, ఇతరులపై నమ్మకం, మీకు తెలియని లేదా నియంత్రించలేని విషయాలను అంగీకరించడం వలన మీరు మొత్తంగా ఆందోళన చెందుతారు. మీరు నెమ్మదిగా ఇతరులకు నియంత్రణను ఇవ్వడం ద్వారా మీ సహనాన్ని పెంచుకోవచ్చు (తరచుగా, ఇది ఏమైనప్పటికీ నియంత్రణ యొక్క భ్రమ మాత్రమే!).

దయ, కరుణ మరియు క్షమాపణలను పాటించండి

మీరు గతంలో చేసిన తప్పులు, వాదనలు, చెడు భావాలు మొదలైన వాటి గురించి మీ జ్ఞాపకాల వలయాలు ఉండొచ్చు. మీరు వాటిని క్షమించలేరు లేదా మరచిపోలేరు. మీరు మీ జీవితంలోని చెడు సన్నివేశాలను తరుచూ గుర్తుకు తెచ్చుకుంటారు. దానివల్ల మిమ్మల్ని మీరు నిందించుకోవడం, ఇతరులను నిందిస్తూ ఉండటం, అనేక రకాల చికాకుల్లో ఉంటారు. ఈ సందర్భంలో, క్షమించడం లేదా కరుణ చూపడం మాత్రమే నివారణ. చాలామంది క్షమించడంలో విఫలమవుతారు. ఎందుకంటే వారు దానిని తప్పుగా అర్థం చేసుకుంటారు: క్షమాపణ అనేది మీరు ఇతరుల కోసం చేసేది కాదు, మీ కోసం చేసుకునేది. ఇది మీలో బాధను దూరం చేయదు. గతాన్ని రద్దు చేయదు. కానీ, అది మిమ్మల్ని చైతన్యంతో, వదిలి పెట్టడానికి, దాని నుండి ముందుకు సాగడానికి మిమ్మల్ని అనుమతిస్తుంది. ఒకరిని క్షమించినా లేదా మిమ్మల్ని మీరు క్షమించుకున్నా దాని అర్థం మీరు మరచిపోయారని కాదు, జరిగిన దానిని అంగీకరించడం కాదు. అలాగే మీరు అన్యాయాన్ని విస్మరించాలనుకుంటున్నారని లేదా తక్కువ చేయాలనుకుంటున్నారని

కూడా దీని అర్థం కాదు. మీరు స్పృహతో ఉన్నారని దీని అర్థం. ఇది మీకు సహాయపడే చోట మీ దృష్టిని ఉంచడానికి ఎంచుకోవడం. క్షమాపణకు ఇతర వ్యక్తులతో సంబంధం లేదు; విడిచి పెట్టడం అనేది మనలో మనం తీసుకునే నిశ్శబ్ద నిర్ణయం. దానికి మనకు ఎవరి అనుమతి లేదా "మూసివేయడం" అవసరం లేదు.

3M వ్యూహం

చివరగా, ఈ క్షణంలో మీరు ఆందోళన కలిగించే జ్ఞాపకాల వలయం నుండి మిమ్మల్ని మీరు బయటకు తెచ్చుకోవడానికి చాలా ఖచ్చితమైన, ఆచరణాత్మక మార్గం ఉంది. దీనిని 3 Ms అంటారు:

కదలిక (Move)
తయారు చేయడం (Make)
కలుసుకోవడం (Meet)

కొన్నిసార్లు, మిమ్మల్ని అధోముఖ ఆలోచనల నుండి బయటకి నెట్టడానికి, మీరు మరింత స్పృహతో మళ్లీ ఎంచుకోవడం ప్రారంభించే మానసిక స్థితికి తీసుకురావడానికి మీకు చిన్నదైన, వేగవంతమైనది ఏదైనా అవసరం.

ముందుగా, మీలో కదలిక (Move) ఉందో లేదో చూడండి. గేర్ మార్చండి. మీ తలలో వున్న గందరగోళం నుండి బయటపడండి. కొద్దిగా ఆరోగ్యకరమైన శారీరక ధ్యానంలో పాల్గొనండి. వ్యాయామశాలకు వెళ్లండి. ఎక్కువసేపు నడవండి. మీ వంటగది చుట్టూ కొన్ని నిమిషాల పాటు నృత్యం చేయండి.

మీరు ఏదైనా చేయవచ్చు (Make) కూడా. జ్ఞాపకాల వలయం అనేది ఏమీ సాధించలేని నపుంసకత్వమని, అది పనికిరాని మానసిక కార్యకలాపాలు మాత్రం చేస్తుందని వర్గీకరించబడుతుంది. సృజనాత్మక మరియు ఉపయోగకరమైన కార్యాచరణను లోతుగా పరిశోధించడం ద్వారా దీనిని ఎదుర్కోండి. అంటే, ఏదైనా ఒక పని చేయండి. పనేమిటని పట్టింపు లేదు. మీ తలలో గింగరాలు తిరుగుతున్న ఆలోచనను యీ ప్రపంచంలోకి కొత్తగా తీసుకురావడానికి క్రియాశీలకమైన చర్య తీసుకోండి. ఒక కేక్

తయారు చేయండి. ఇంట్లో చిందర వందరగా వున్న సామానులను సర్దండి. రంగులతో చిత్రాన్ని చిత్రించండి. మీ బూట్లను రిపేర్ చేయండి. పాలిష్ చేసుకోండి. వంటగదిలోకి అల్మరాను చక్కగా సర్దిపెట్టండి.

చివరగా, మీరు ఎవరితోనైనా కలవడానికి (Meet) ప్రయత్నించండి. రూమినేషన్ చాలా అంతర్గతంగానూ, వ్యక్తిగతంగానూ ఉంటుంది. ఇది బయటి వాతావరణం ద్వారా నియంత్రించబడనందున, అదుపులో ఉంచబడనందున ఖచ్చితంగా దూరంగా ఉంటుంది. సామాజిక అనుసంధానం మిమ్మల్ని నిలదొక్కుకోవడంలో సహాయపడుతుంది. మీకు దృక్పథాన్ని అందిస్తుంది, అలాగే మిమ్మల్ని శాంతపరుస్తుంది. మీరు సంతోషంగా, రీఛార్జ్ అయ్యే విధంగా హుషారుగా చేస్తుంది. ఇది మీ స్వంత ఆలోచనల నుండి బయటపడటానికి చాలా ప్రభావవంతమైన మార్గం.

ఒత్తిడి నిర్వహణ యొక్క నాలుగు A లు

ఇది కదలడం, తయారు చేయడం లేదా కలవడం వంటి మునుపటి పాయింట్‌తో సమాంతరంగా ఉంటుంది. ఒత్తిడి, అతిగా ఆలోచించే తుఫానులో ఈ టెక్నిక్ లైఫ్ బోట్ లాగా ఉంటుంది. ఇది ధ్యానం మోస్తరుగా సులభంగా ఉంటుంది. అంతేగాక, మీ రోజువారీ జీవితంలో ఒత్తిడిని త్వరగా పరిష్కరించడంలో మీకు సహాయపడుతుంది. ఇందుకుగాను మీరు గుర్తుంచుకోవలసిన నాలుగు పద్ధతులు: నివారించండి (avoid), మార్చండి (alter), అంగీకరించండి (accept) మరియు స్వీకరించండి (adapt). జీవితపు ఒత్తిడికి ప్రతిస్పందించడానికి ఈ నాలుగు మార్గాలు మాత్రమే ఉన్నాయని తెలుసుకోవడం చాలా సౌకర్యంగా ఉంటుంది. మీకు వీలైతే, వాటిని ఎక్కడైనా వ్రాయండి, మీరు వాటిని మీ మనస్సులో స్థిరపరచుకునేంత వరకు వాటిని చూస్తూ ఉండండి. తక్షణమే గుర్తుంచుకునే విధంగా సాధన చేయండి.

మీరు చేయగలిగే మొదటి విషయం నివారించడం (avoid)

ఇది మనకు సరళంగా అనిపిస్తుంది, కానీ జీవితంలో తీవ్రతరమైన స్థాయినుండి మీరు దూరంగా నడవవచ్చు. మనం జీవితంలో అన్నింటినీ నియంత్రించలేము, కానీ మనం ఒత్తిడితో కూడిన పరిసరాలలో లేదా ఒత్తిడి

కలిగించే వ్యక్తులతో ఉండవలసిన అవసరం లేకుండా మన పరిస్థితులను ఏర్పాటు చేసుకోవచ్చు. మనం నిజాయితీగా ఉంటే, మన జీవితంలో ఒత్తిడి అనేది చాలావరకు మనం స్వచ్ఛందంగా తీసుకుంటామని తెలుసుకోవచ్చు – అందువల్ల మనం దానిని అంగీకరించాల్సిన అవసరం లేదు!

మీరున్న స్థితిలో మిమ్మల్ని ఒత్తిడికి గురిచేసే అంశాల గురించి ఆలోచించండి. దానిని నియంత్రించడానికి లేదా పూర్తిగా తీసివేయడానికి మీరు ఎలాంటి నియంత్రణను తీసుకోవచ్చు అని ఆలోచించండి. శనివారం ఉదయం కిరాణా దుకాణాలు ఎంతో బిజీగా ఉంటాయని విసుగు తెచ్చుకునే వారిని గమనించండి. ఇది వారిలో ఒత్తిడికి గురి చేస్తుందని తెలుసుకుని, వారు తమ షెడ్యూల్‌ను మార్చుకోవచ్చు. తద్వారా వారు తమ వారాంతపు షాపింగ్‌ను ప్రశాంతమైన సమయంలో, చెప్పాలంటే, శనివారం కాకుండా మంగళవారం సాయంత్రం చేస్తారు. ఇందువల్ల, బిజీగా ఉండే సూపర్ మార్కెట్ ఒత్తిడిని నిర్వహించాల్సిన అవసరం లేదు.

మీరు ఒత్తిడితో కూడిన వ్యక్తులను కూడా సరిగ్గా అదే విధంగా నివారించవచ్చు. మీ తల్లిదండ్రులు సెలవుల కోసం వచ్చినప్పుడు మీ ఒత్తిడి తారాస్థాయికి చేరుతుందని మీరు గమనించారా? వారిని సమీపంలోని అనువైన హోటల్లో ఉంచడానికి ఒక మార్గాన్ని వెతకండి. లేదంటే మీరు ఒంటరిగా వుండి చేయవలసిన అత్యవసరమైన పనులు చేయటాన్ని నివారించండి.

మీరు ఒత్తిడిని నివారించినప్పుడు, మీరు బాధ్యతల నుండి పారిపోరు. అదే సమయంలో నిజమైన సమస్యలను తిరస్కరించరు. మీరు కేవలం అనవసరమైన, హానికరమైన ఒత్తిడికి "లేదు" అని చెప్పడం నేర్చుకుంటున్నారు. మనల్ని, మన వనరులను ఎక్కువగా డిమాండ్ చేసే పరిస్థితులకు, వ్యక్తులకు మనం ఎల్లప్పుడూ "లేదు" "కాదు" అని చెప్పగలము. ఆ వనరులు మానసిక శక్తి, లేదంటే శ్రద్ధ కావచ్చు, సమయం కూడా కావచ్చు. మీ జీవితంలో ఏదైనా, ముఖ్యంగా మీ సమయం గజిబిజిగా ఉన్నట్లుగా మీరు భావిస్తే, తక్షణం "వద్దు" అని చెప్పడం నేర్చుకోండి.

మీరు చేయవలసిన పనుల జాబితాను పరిశీలించి చూడండి. అత్యవసరం కాని, అంతగా ప్రాధాన్యత లేని రెండు లేదా మూడు అంశాలను వదిలించుకోండి. మీరు చేయవలసిన పనులను మరొకరికి

కేటాయించండి. లేదా వేరొకరిని బాధ్యతగా చేయనివ్వండి. మీరు అన్నింటినీ చేయవలసిన అవసరం లేదు! కాబట్టి, ఎప్పుడైనా మీరు ఒత్తిడితో కూడిన పనిని చేయవలసినప్పుడు, మిమ్మల్ని మీరు ఇలా ప్రశ్నించుకోండి, "నేను ఈ మొత్తం విషయానికి దూరంగా ఉండగలనా?" మీకు వీలైతే, ఆ విధంగా చేయండి. ఇది ఆరోగ్యకరమైన సరిహద్దులను సృష్టించడానికి మీరు వేయగలిగే పెద్ద అడుగు మాత్రమే కాదు, ఇది జీవితాన్ని సరళీకృతం చేయడానికి, క్రమబద్ధీకరించడానికి మరియు మీ మార్గదర్శక విలువలతో సన్నిహితంగా ఉండటానికి ఒక మార్గం. మనం నిజాయితీగా చెప్పుకుంటే, ఆందోళన, ఒత్తిడి చాలావరకు మనం పట్టించుకోని జీవితం నుండి వస్తుంది. మీ సంతులనం, శ్రేయస్సును అంతిమంగా పట్టించుకోని లేదా మీకు ఏమీ అర్థం కాని వాటిపై ఎందుకు వృధా చేయాలి?

మీరు పరిస్థితిని నివారించలేకపోతే, మీరు దానిని మార్చడానికి మార్గాలను కనుగొనవలసి ఉంటుంది. అంటే మీరు దానిని మార్చండి (alter).

వారి ప్రవర్తనను మార్చుకోమని యితరులను అడిగేందుకు మీకు ఎల్లప్పుడూ అవకాశం ఉంటుంది. ఉదాహరణకు, మీరు ముఖ్యమైన ఫోన్ కాల్‌ని మాట్లాడేటప్పుడు, బయట రాకెట్‌ను ఎవరైనా ఎగురవేస్తుంటే, పది నిమిషాలు వేచి వుండమని వారిని మర్యాదపూర్వకంగా అడగండి. మౌనంగా బాధపడకుండా, మీ అవసరాలను, భావాలను నేరుగా తెలియజేయండి. మీ మిత్రుడు మీకు చెప్పే తెలివితక్కువ జోకులు మిమ్మల్ని నిజంగా బాధించాయని మీరు మీ స్నేహితుడికి ఎప్పుడూ స్పష్టంగా చెప్పకపోతే, మీరు నిశ్శబ్దంగా కూర్చుని దాని భారాన్ని భరిస్తూ ఉండవచ్చు. అయితే, మీ మిత్రుడు చెప్పినప్పుడు మీకు ఎలా అనిపిస్తుందో అతనికి చెప్పడం, అతడిని ఆపమని అడగడం సులభం.

మనం జీవితంలో ప్రతి ఒత్తిడిని నివారించలేము. కానీ ఈ సంఘటనలు ఎలా జరుగుతాయో మనం తరచుగా చూస్తూ ఉంటాము. మీ అవసరాలను పంచుకోవడానికి, మీకు ఏమి కావాలో అడగడానికి వ్యక్తులతో మాట్లాడండి. వాళ్లతో చర్చలు జరపండి. అన్నిటికీ మించి "నేను" "నాకు" అనే శబ్దాన్ని ఉపయోగించండి. మీరు అలా చేయలేకపోతే శనివారం ఉదయం దుకాణానికి వెళ్లండి, మీ ఆడియోబుక్‌ని మీ ఫోన్‌లో ప్లే చేయండి.

షాపింగ్ చేసేటప్పుడు మీరు దానిని వినండి, అది మీకు విశ్రాంతినిస్తుంది. మీరు ఏదైనా సమావేశాన్ని నివారించలేకపోతే, మీరు ఇప్పటికే చేస్తున్న ఇతర పనులతో దాన్ని కలపడానికి ప్రయత్నించండి, తద్వారా మీరు మీ కారు పెట్రోలు, మీ సమయం ఆదా చేయవచ్చు. మీరు పనులను నిర్వహించదగిన పరిమాణానికి తగ్గించడం ద్వారా అనివార్య పరిస్థితులను మార్చడానికి కూడా చాలా చేయవచ్చు. మీరు విసుగు పుట్టించే పార్టీకి వెళ్లడం నుండి తప్పించుకోలేకపోతే, ముందుగా వెళ్లి, "దురదృష్టవశాత్తూ నేను ఒక గంటలో వెళ్లాలి – రేపు త్వరగా ప్రారంభించండి!" అని చెప్పండి.

ధ్యానంలో, ఒత్తిడితో కూడిన మరియు ఆత్రుతతో కూడిన ఆలోచనలు తలెత్తినప్పుడు వాటిని మనం గమనిస్తాము. వాటికి మన ప్రతిస్పందనను స్పృహతో ఎంచుకుంటాము. కానీ ఎగవేత మరియు నిర్వహణ, జాగ్రత్తగా చేసినపుడు యీ ఒత్తిడితో కూడిన ఆలోచనలు మొదటి స్థానంలో ఉండకుండా, వాటికి ఎక్కువ అవకాశం లభించకుండా ఉండేలా మనం చేసుకోవచ్చు. మన జీవితాలను సర్దుబాటు చేసుకోవచ్చు. కనిష్టంగా ఒత్తిడితో కూడిన జీవనశైలిని మనం ఇంజినీర్ చేయవచ్చు–లేదా కనీస ఒత్తిడి మిగిలి ఉంటే అది నిజంగా విలువైనదని నిర్ధారించుకోండి.

సాధారణంగా, మీరు ఒత్తిడిని నివారించలేకపోతే, దాన్ని మార్చడానికి మీరు ఏమి చేయగలరో దారులు వెతకండి.

మీ సమాధానం "ఎక్కువ కాదు" అయితే, మీరు ఒక అడుగు ముందుకు వేసి దానిని అంగీకరించాల్సి రావచ్చు.

మీకు నచ్చని పరిస్థితిని మీరు ఎలా అంగీకరిస్తారు? మీకు నచ్చకపోతే, మొదట మీరు దానిని ఇష్టపడరు. అంగీకారం అంటే మీకు బాగానే వున్నట్టు అనిపించనట్లు నటించడం కాదు; అలా భావించడం సరైందేననే అంగీకారం. మీ స్వంత భావోద్వేగాలను ధృవీకరించండి. వాటిని స్వంతం చేసుకోండి. ఉదాహరణకు, మీ ప్రియుడు చిన్న టెక్స్ట్ ద్వారా మీతో విడిపోయారు. అతని నిర్ణయం గురించి మీరు పెద్దగా ఏమీ చేయలేరు. కానీ మీరు మీ భావాలను పంచుకోవడానికి స్నేహితుడికి లేదా స్నేహితురాలికి కాల్ చేయడం ద్వారా పరిస్థితిని అంగీకరించేందుకు మీరు సిద్ధం కావచ్చు.

మీరు అన్యాయానికి గురైన పరిస్థితి అయితే, అంగీకరించడం అనేది క్షమించే మార్గాన్ని కనుగొనే ప్రయత్నం రూపంలో ఉండవచ్చు. క్షమాపణ

అనేది మీ కోసం మీరు చేసే పని అని గుర్తుంచుకోండి. ఎదుటి వ్యక్తి కోసం కాదు. మీరు క్షమించిన సమయంలో, అవతలి వ్యక్తిపై ఆగ్రహం, నిందలు వేయడం వంటి ఒత్తిడి, ఒక విధమైన శ్రమ నుండి మిమ్మల్ని మీరు విడుదల చేసుకుంటున్నారు.

మనం ఈవెంట్‌లను ఫ్రేమ్ చేసే విధానంలోని సూక్ష్మమైన మార్పుల గురించి కూడా అంగీకారం ఉండవచ్చు. మనం ఈవెంట్‌లను స్వయంగా మార్చలేము, కానీ మనం వాటి గురించి అంతర్లీనంగా ఎలా మాట్లాడతామో, మనం ఉపయోగించే భాషను మనం గమనించవచ్చు. ఉదాహరణకు, "నేను నా కోర్సులో పూర్తిగా విఫలమయ్యాను. నా డబ్బును వృధా చేసాను. కష్టపడి పని చేయనందుకు నేను చాలా మూర్ఖుడిని" అని చెప్పడానికి బదులుగా మీరు ఇలా చెప్పవచ్చు, "నేను తప్పు చేసాను. దాని గురించి నేను సంతోషంగా లేను. కానీ ఈ ఒక్క సంఘటన నన్ను నిర్వచించలేదు. నేను తప్పుల నుండి నేర్చుకొని ముందుకు సాగగలను. నేను తదుపరిసారి బాగా చేయగలను"

అంగీకారం అంటే జరిగిన దానిని మనం అంగీకరించడం లేదా దానిని ఇష్టపడడం. జరిగిన దానిలో మార్పు చేయకుండా ఉండడం. దీని అర్థం మనం వాస్తవికంగా మార్చలేని వాటితో మనం సునాయాసంగా అవగాహనకు వస్తాము కాబట్టి మనం చేయగలిగిన వాటిపై దృష్టి పెట్టవచ్చు. ఈ దశ శత్రుత్వంతో కలిగే ఒక రకమైన ఆందోళనను అధిగమించడానికి లేదా గతంలో జరిగిన విషయాలను చేదు జ్ఞాపకంగా చేసుకోవడానికి ఒక శక్తివంతమైన సాధనం. విషయాలు ఎలా ఉండవచ్చో, ఎలా ఉండాలో, ఎలా ఉండాలని కోరుకుంటున్నారో అనేది నిజానికి మనకు కలిగే ఆందోళనకు పెద్ద కారణం. అయితే, అంగీకారం ఆ ఆందోళనను తగ్గించి మృదువుగా చేస్తుంది. అప్పుడిక దానిని మార్చడం సాధ్యం కాదని మీరు గ్రహించగలుగుతారు.

దీర్ఘకాలికంగా, మనం స్వీకరించగలిగిన ఒత్తిడిని ఎదుర్కొనేందుకు మన వంతు కృషి చేస్తాము. స్వీకరించడం అంటే మన ప్రపంచ దృష్టికోణం, మన లక్ష్యాలు, మన అవగాహన మరియు మన అంచనాలకు మరిన్ని శాశ్వతమైన మార్పులు చేయడం. పర్ఫెక్షనిస్ట్ అయిన వ్యక్తిని ఊహించండి. వాళ్లెప్పుడు దాదాపు ఒత్తిడిలోనే కనిపిస్తుంటారు. ఎందుకంటే వారు ఎప్పుడూ తమ ఉన్నత ప్రమాణాలకు అనుగుణంగా పనులు ఉండాలనుకుంటారు.

వాళ్లు సూపర్‌మ్యాన్‌గా ఉండటానికి ఒక మార్గాన్ని అన్వేషించడం బదులుగా వారి అంచనాలను తగ్గించడం వలన వారు మరింత సహేతుకంగా, వాస్తవికతకు అనుగుణంగా ఉండే అవకాశం ఉంటుంది. వారు తమ వాస్తవికతను పూర్తిగా సరిదిద్దడానికి అద్భుతంగా మార్గాన్ని కనుగొనలేరు, కానీ అందుకు బదులుగా ఆ వాస్తవికతకు అనుగుణంగా, దానికి బాగా సరిపోయే రూపంలోకి పరిణామం చెందగలరు.

ఒత్తిడికి అలవాటు పడడం అంటే జీవితాన్ని ఎదుర్కోవడానికి మనల్ని మనం అన్ని విధాలా సిద్ధం చేసుకోవడం. మీరు నిరుత్సాహపరిచే ఆలోచనలను నిరాకరించి, మరింత ఆశాజనకంగా ఉండే వ్యక్తిగా అభ్యాసం చేయవచ్చు. మనం మన దృక్పథాన్ని మార్చుకున్నప్పుడు, మనం విషయాలను భిన్నంగా చూడవచ్చు. ఇది "సంక్షోభం" లేదా "సవాలు"? ఈ అడ్డంకి ఎలా కనిపిస్తుంది, "నేను ఉత్సాహపూరితమైన వ్యక్తిని" అని మన గురించి మనం చెప్పుకున్నప్పుడు, "జీవితం అస్సలేమీ బాగాలేదు. ఏ ఒక్కటీ సరిగ్గా లేదు" అనే నిరాశను మీరు దూరంగా ఉంచుతారు.

మనం ఒత్తిడిని స్వీకరించి దానికి అనుగుణంగా ఉన్నప్పుడు, మనల్ని మనం దృఢంగా మార్చుకోవడానికి మార్గాలను కనుగొంటాము. మనకు శక్తినిచ్చే ప్రపంచ దృక్పథాన్ని మనం నిర్మించుకుంటాము. ఉదాహరణకు, జీవితంలో జరిగిన అద్భుతమైన విషయాల గురించి ప్రతిరోజూ "కృతజ్ఞతా జాబితా" తయారు చేయడం అలవాటు చేసుకోవచ్చు. వారు నిజానికి జీవితంలో ఆశీర్వదించబడ్డారు. మరొక వ్యక్తి వారి స్వంత వ్యక్తిగత "కోడ్" గురించి ధ్యానం చేయవచ్చు లేదా వారు బలంగా ఉన్నారని, వారు కష్టాలను అధిగమించగలరని వారికి గుర్తు చేయడానికి ప్రతిరోజూ మంత్రం చెప్పవచ్చు. మనకు శక్తివంతమైన వైఖరులు, ఆలోచనలు, తత్వాలు మరియు స్ఫూర్తితో కూడిన ఆయుధాగారం ఉంటే, మనం ఒత్తిడిని తట్టుకోగలమని తెలుసుకుని ప్రపంచంలోకి వెళ్లవచ్చు – దాని కోసం మనం మంచి వ్యక్తులుగా కూడా ఉండొచ్చు!

కాలక్రమేణా, ధ్యానాన్ని అభ్యసించడం వల్ల ఈ ప్రధాన స్థాయిలో కొన్ని మార్పులను సాధించవచ్చు. మనల్ని మనం ఎలా చూసుకుంటామో, ప్రపంచం మనల్ని ఎలా చూస్తుందో ఆ విధంగా మనం మార్పు తెచ్చుకోవచ్చు. ఎప్పుడైనా మనం చురుకుగా, స్పృహతో అర్థం తెలుసుకుని

అందులో నిమగ్నమై ఉంటాము. వ్యక్తులుగా మనం మన వ్యక్తిత్వాలను, స్వయం దృష్టిని నిర్మించుకుంటాము. ఆందోళన వేటాడిన వ్యక్తిగా ఈ రోజు మిమ్మల్ని మీరు చూసుకోవచ్చు. కానీ మీరు ఇతర అద్భుతమైన లక్షణాలను కలిగి ఉన్నారని గ్రహించడంలో కూడా మీకు బలం ఉంది – శ్రద్ధ, దయ, తెలివితేటలు, సృజనాత్మకత, హాస్యం. ఇవన్నీ ఆందోళనను చుట్టుముట్టి దానిని లొంగదీసుకునేందుకు మీకు సహాయపడతాయి.

ఇవి ఒత్తిడి నిర్వహణ యొక్క నాలుగు A లు. మీరు ఆందోళనతో ఉన్నట్లు అనిపించినప్పుడు, ఒక్క క్షణం నిలిచి, ఇప్పుడు చెప్పుకున్న వరుసలో వెళ్లండి. పరిస్థితి ఎంత ఒత్తిడితో కూడుకున్నప్పటికీ, దానితో బుద్ధిపూర్వకంగా, చురుకుగా పాల్గొనడానికి మీకు ఒక మార్గం ఉంది. ఒత్తిడిని ఎదుర్కోవడంలో మీరు నిస్సహాయంగా లేరు – మీకు అందుబాటులో ఉపకరణాలు ఉన్నాయి! ఈ సాధనాలను ఉపయోగించడానికి, కొంచెం అవగాహన అవసరం.

ఉదాహరణకు, మీ ఆఫీసులో ఉన్న ఒక సహోద్యోగి మిమ్మల్ని ప్రతిరోజూ ఒత్తిడికి గురిచేస్తూ ఉండవచ్చు. దీని గురించి మీరు ఏమీ చేయలేరు అని చెప్పుకుని, విచారంలో మునిగిపోయే బదులు, ఒక్క క్షణం ఆగండి. మీరు ఈ సహోద్యోగిని తప్పించుకోగలరా అని ఆలోచించండి. లంచ్ సమయంలో అతడిని కలవకుండా ఉండటానికి మీరు వేరే సమయంలో భోజనం చేయవచ్చు. భౌతికంగా అతడి నుండి దూరంగా పని చేయడానికి మీరు మారవచ్చు. కానీ మీరు వారాంతపు సమావేశాలలో అతడిని కలవకుండా ఉండలేరని అనుకుందాం. ఇక్కడే అతను మీకు తరచుగా అంతరాయం కలిగిస్తాడు లేదా మీ ఆలోచనలను దొంగిలిస్తాడు.

మీరు పరిస్థితిని మార్చే మార్గాల గురించి ఆలోచించండి. మీరు ఈ సమావేశాల నుండి బయటపడగలరా? మీరు మీ సహోద్యోగితో ప్రైవేట్‌గా మాట్లాడగలరా? మీ ఆందోళనలను పంచుకోగలరా? ("ఇటీవల సమావేశాల్లో నేను మీవల్ల చాలా అసౌకర్యానికి గురయ్యాను. మీరు నాకు అంతరాయం కలిగించినప్పుడు నేను వెళ్లిపోవాలనుకున్నాను") మీరు మీటింగ్‌లలో మాట్లాడగలరా? మీరు మాట్లాడేటప్పుడు బలమైన సరిహద్దులను నిర్దేశించగలరా? వీటిలో ఏదీ నిజంగా సాధ్యం కాకపోతే, మీరు పరిస్థితిని కొంతవరకు అంగీకరించవచ్చు. మీకు కలిగే చికాకు గురించి సన్నిహిత స్నేహితుడితో చెప్పవచ్చు. ఈ సహోద్యోగి వాస్తవానికి

ప్రతి ఒక్కరికీ అంతరాయం కలిగిస్తాడని గ్రహించవచ్చు. కాబట్టి మీరు దానిని వ్యక్తిగతంగా తీసుకోకుండా ఉండండి. అప్పుడు అది మిమ్మల్ని ఒత్తిడికి గురి చేయనివ్వదు.

చివరగా, మీరు మరింత నమ్మకమైన, దృఢమైన వ్యక్తిగా ఉండేందుకు పరిస్థితులను మార్చడం ద్వారా స్వీకరించవచ్చు. మీకు ఎవరితోనైనా మాట్లాడే హక్కు ఉందని మీరు నిజంగా భావించినప్పుడు, "క్షమించండి, నేను ఇంకా మాట్లాడుతున్నాను" అని చెప్పడం, ప్రశాంతంగా కొనసాగడం గురించి మీరు మరింత నమ్మకంగా ఉండండి. ఆ సాయంత్రం మీరు ఏమి చెప్పాలి అనే దానిపై ఉక్కిరిబిక్కిరి కాకుండా, దానిని చెప్పి ప్రశాంతంగా ముందుకు సాగండి.

ముఖ్యమైన విషయాలు

- ఆందోళన, జ్ఞాపకాల గజిబిజి, అతిగా ఆలోచించడం అనే విషయానికి వస్తే, ACT మోడల్‌లో వివరించిన విధంగా, ఈ క్షణంలో నిర్దిష్ట చర్యకు కట్టుబడి ఉంటే, శ్రద్ధ, ధ్యానం సహాయపడతాయి. యాక్షన్ కమిట్‌మెంట్ థెరపీ (ACT) లో, మనం నియంత్రించలేని వాటిని అంగీకరిస్తాము. మన వ్యక్తిగత విలువలకు అనుగుణంగా మన జీవితాలను మెరుగుపరచుకోవడానికి మనం చేయగలిగిన వాటిని మార్చడానికి చర్య తీసుకోవడానికి కట్టుబడి ఉంటాము.
- ACTలో, ఆందోళన అనేది తరచుగా అనుభవపూర్వకమైన ఎగవేత గురించి ఉంటుంది. దీనిని మనం ఆరు ప్రధాన సూత్రాలను ఉపయోగించి ఎదుర్కోవచ్చు.
- మొదటిది, తీర్పు, వివరణ, ప్రతిఘటన లేదా ఏ విధమైన కథనం లేకుండా, వాస్తవికంగా వర్తమానాన్ని సంప్రదించడం. కానీ ఇప్పుడు జరుగుతున్న దాని గురించి స్పృహతో అప్రమత్తంగా, బహిరంగ ఉత్సుకతతో ఉండటం జరగాలి.
- రెండవది మేథో నిస్తేజం. ఇక్కడ మనం వాస్తవికత గురించి మన ఆలోచనలను వాస్తవికత నుండి వేరు చేస్తాము. మనం మన

ఆలోచనలను ఆలోచనలుగా అంగీకరిస్తాము. కాబట్టి వాటిలో చిక్కుకుపోకుండా ఉంటాము. మూడవది అంగీకారం, ఇక్కడ మనం వాదనకు దిగకుండా వాస్తవికతను స్వాగతిస్తాము. దానిని అంగీకరిస్తాము. మనం అంగీకరించడం లేదా క్షమించడంలాంటి అవసరం లేదు. మనం కేవలం పరిశీలిస్తాము అని గమనించండి. మన ఆలోచనలపై స్పృహతో కూడిన "మెటా" దృక్పథాన్ని కలిగి ఉండటానికి మనం నాల్గవ భావనను, స్వీయ పరిశీలనను ఉపయోగిస్తాము. ఒక భాగం అనుభవాన్ని కలిగి ఉంటే, మరొక భాగం ఆ అనుభవాన్ని గురించి పరిశీలనతో ఉండటం.

- ఐదవది మన విలువలు, సూత్రాలను కనుగొనడం. తద్వారా మన ఆలోచనలను సందర్భోచితంగా ఉంచవచ్చు. గమనించే వ్యక్తి ఆలోచనలను అంచనా వేయగలడు. వాటిని మన విలువలతో పోల్చవచ్చు, తద్వారా మనం ఆరవ సూత్రాన్ని చేయగలము – చేతన, ప్రేరేపిత చర్య తీసుకోండి.
- సంక్షిప్త పదం, ACT మనకు సహాయపడుతుంది: ప్రస్తుత క్షణంలో మీ అంతర్గత అనుభవాన్ని అంగీకరించండి, విలువైన దిశను ఎంచుకోండి. ఆ దిశలో చర్య తీసుకోండి. ఇది ఆందోళననూ, అతిగా ఆలోచించడం తగ్గిస్తుంది.
- ఆత్రుతతో కూడిన జ్ఞాపకాల వలయాన్ని అధిగమించడం అంటే దానిని గుర్తించడం, నేర్చుకోవడం. సాధారణ జ్ఞానంతో పోలిస్తే, నెమరువేయడం (జ్ఞాపకాల వలయం) అనేది అంతులేనిది. అంతర్దృష్టిని తీసుకురాదు. ఇది తాత్కాలికంగా సమస్య – పరిష్కారంగా భావించినప్పటికీ వాస్తవానికి దేనినీ మెరుగుపరచదు.
- "మీ ఆలోచనలను సవాలు చేయడం" అవసరం లేదు. మరింత అనుభవపూర్వక ఎగవేత, ప్రతిఘటనను మాత్రమే ప్లే చేస్తుంది. బదులుగా, ఒక ఆలోచన ఉపయోగకరంగా ఉందా, అది మీ విలువలకు అనుగుణంగా లక్ష్యాలను సాధించడంలో మీకు సహాయపడుతుందా అని తెలుసుకోండి. కరుణ, క్షమాపణ, 3M వ్యూహం (కలుసుకోవడం (Meet), తయారు చేయడం

(Make), తరలించడం (Move) కూడా జ్ఞాపకాల వలయం నుండి బయటపడి మిమ్మల్ని మీరు శక్తివంతం చేసుకోవడానికి గొప్ప వ్యూహాలు.

- ఒత్తిడి నిర్వహణ కోసం నాలుగు A's అనే మంత్రం ఉంది. ఇవి నివారించడం, మార్చడం, అంగీకరించడం మరియు స్వీకరించడం. విషయాలను నివారించడం అంటే మీరు నియంత్రించలేని వాటి నుండి దూరంగా నడవడం. కొన్ని విషయాలు శ్రమకు తగినవి కావు. మన పరిసరాల నుండి పూర్తిగా తీసివేయబడతాయి. అయినప్పటికీ, మనం దానిని నివారించలేకపోతే, ఒత్తిడిని తొలగించడానికి మన వాతావరణాన్ని ఎలా మార్చుకోవాలో నేర్చుకోవాలి. మనం మార్చలేకపోతే మన పర్యావరణం, దానిని అంగీకరించడం తప్ప మనకు వేరే మార్గం లేదు. చివరగా, మనం పరిస్థితి గురించి పెద్దగా ఏమీ చేయలేకపోతే, మనం దానికి అనుగుణంగా ఉండాలి. మన ఒత్తిడిని ఎలా ఎదుర్కోవాలో నేర్చుకోవాలి. నష్టపరిచే దాని సామర్థ్యాన్ని కనిష్ట స్థాయికి తగ్గించాలి.

అధ్యాయము 3

మేథో పునః నిర్మాణ కళ

స్వయంచాలకమైన ప్రతికూల ఆలోచనలను ఎలా పునః నిర్మించుకోవాలి?

మునుపటి అధ్యాయంలో, మనం గమనించే లేదా ఉన్నతమైన స్పృహలో నివసించే అన్ని మార్గాలపైకి మన దృష్టిని మళ్లించడానికి ప్రయత్నించాము. ఇది మన అనుభవాలను గమనిస్తూ, మనం జ్ఞాపకాల వలయంలో చిక్కుకు పోయినప్పుడు దానిని గమనించడానికి, దానిపై క్రియాశీలకమైన చర్య తీసుకోవడం ఎంచుకునేందుకు, మన విలువల ప్రకారం ఎలా అనుమతిస్తుందో పరిశీలించాము. మీ ఆలోచనలను "సవాలు చేయడం" సాధారణంగా పని చేయదని మనం చెప్పుకున్నాం. ఎందుకంటే ఇది "అనుభవపూర్వక ఎగవేత" యొక్క ఒక రూపం కావచ్చు. మరో మాటలో చెప్పాలంటే, ఈ క్షణంలో మనం అనుభవించే వాటికి వ్యతిరేకంగా మనం వెనక్కి నెట్టినప్పుడు, తీర్పు, స్వీయ విమర్శ మరియు ప్రతిఘటనలకు తలుపులు తెరుస్తాము. అయినప్పటికీ, మన లక్ష్యం మరింత అవగాహన కలిగి ఉండాలంటే, తీర్పు యొక్క ఏదైనా వైఖరిని మనం వదిలివేయాలి లేదా కొన్ని ఆలోచనలు తప్పు అని భావించాలి. అంతేగాక వాటిని "సవాలు" చేయాలి.

దానికి బదులుగా, ఆలోచనలనేవి కొన్ని మంచివి, కొన్ని చెడ్డవి, కొన్నింటిని సరిదిద్దాల్సిన అవసరం ఉన్నవాటిగా వేరుపరచి, ఆలోచనల

దృక్కోణాన్ని తీసుకోకుండా, మన నిర్దిష్ట జీవితంలో ఆలోచనలను, వాటి ఉపయోగానికి అనుగుణంగా ఎలా పునర్నిర్మించాలో మనం తెలుసుకున్నాం. ఇది చాలా చిన్న వ్యత్యాసంగా అనిపించవచ్చు, కానీ ఇది చాలా ముఖ్యమైనది: తీర్పుపై ప్రతికూల వైఖరితో ఏదైనా మార్పును చేరుకోవడం పనికిరానిది. అయితే చురుకైన, కరుణ కలిగిన అంగీకరించే మనస్తత్వం, మనం ప్రస్తుతం ఎక్కడ ఉన్నామో అక్కడ నుంచి మనల్ని చెడువైపు వెళ్ళకుండా మెల్లగా మెరుగుపరచడానికి అనుమతిస్తుంది. మనం తీసుకునే చర్య ప్రతి సందర్భంలోనూ ఒకేలా ఉండవచ్చు, కానీ ఆ చర్యల వెనుక మన ఉద్దేశం, మన వైఖరి అన్ని తేడాలను కలిగిస్తాయి!

స్వయంచాలకమైన ఆలోచనలకు అవగాహన కల్పించడం

అందువల్ల, ఆలోచనలను నూతనంగా రూపుదిద్దుకోవడం, పునర్నిర్మించడం అనేది తప్పు ఆలోచనలను "పరిష్కరించడం" లేదా మీ నిజమైన అనుభవంతో వాదించడం గురించి కాదు. అది దృక్కోణంలో కలిగిన చేతనాభేదం. చేతన స్థితిని మనం అచేతన స్థితికి తెచ్చినప్పుడు, మనం ఎంపికను చేసుకుంటాము. కాబట్టి, మనపై మనం తీర్పు చెప్పుకోవడం, సమస్యలను గుర్తించడం, వాటిని పరిష్కరించడం కాదు. కానీ అవి లేని చీకటి మూలల్లోకి అవగాహనను ప్రకాశింపజేస్తాము.

స్వయంచాలకమైన ప్రతికూల ఆలోచనలు ముఖ్యంగా "చీకటి మూలలు" లో ఉంటాయి. మనం స్వాభావికంగా కాకుండా, అలవాటుగా పనులు చేస్తున్నప్పుడు, దానికి ప్రతిస్పందనగా నమ్మకాలు, ఆలోచనలు, భావాలు చర్యలోకి వస్తాయి. నమ్మకాలనేవి, వాస్తవానికి, మనం చాలాకాలంగా కలిగి ఉన్న ఆలోచనలు మాత్రమే. ఆయా సంఘటనలను వివరించే మన విధానం కాలక్రమేణా మనకు కనుమరుగైపోవచ్చు, కానీ అది ఆత్మార్థకమై స్వయంచాలకంగా వాటిని మనం ప్రశ్నించకుండా ఉండిపోతాయి. ఈ సమయంలో అవి సూక్ష్మంగానూ, ఉపరితలంలో ఉన్నట్టు అనిపించినప్పటికీ, స్వయంచాలక ప్రతికూల ఆలోచనలు మన జీవిత అనుభవాన్ని సృష్టిస్తాయి. అవే మనకు కలిగే అనేక మానసిక అనారోగ్యాలకు దారి తీస్తుంది.

మన ఆధీనంలో లేకుండా స్వయంచాలకంగా వచ్చే ప్రతికూల ఆలోచనలు, మీ స్వీయ-భావనలను, మీ స్వీయ-దృక్పథాలను సృష్టిస్తాయి.

ఎటువంటి పక్షపాతాలు లేకుండా, మీకు తెలియకుండానే, మీ భవిష్యత్తు గురించి ఎలా ఆలోచిస్తారో, మీకు సాధ్యమయ్యేవి, మీ సామర్థ్యాలు, వ్యక్తిగా మీ విలువను రూపొందిస్తాయి. ఇది జీవితంలోని ప్రతిదానిమీదా ప్రభావం చూపుతుంది. ప్రతి ఒక్క అవగాహన, ప్రతీ చర్య, మనకు మనం చెప్పుకునే ప్రతి కథలపై జల్లెడలా ఉంటుంది. అవి అచేతన స్థితిలో ఉన్నందువల్ల, స్వయంచాలక ప్రతికూల ఆలోచనలు మీ జీవిత నేపథ్యంలో నిరంతరం లోపల్లోపల అణచివేసే కార్యక్రమంలా పనిచేస్తుంది. ఇది ప్రతికూలత యొక్క చక్రానికి దారి తీస్తుంది. అది నిరంతరం తనను తాను బలోపేతం చేసుకుంటుంది.

మనలో చాలామంది ప్రపంచంలో మనం ఏదో ఒక విధమైన అభిజ్ఞా పక్షపాతంతో పనిచేస్తున్నామని అనుకోరు. కానీ ఇది ఖచ్చితంగా నిజం: మనకు తెలియకుండానే వేసుకునే అంచనాలు, మన ఊహలు, మన నమ్మకాలు మొదలైనవి మన జీవితాలపై అత్యంత ప్రభావవంతంగా పనిచేస్తాయి. అయినప్పటికీ, మనం మనలో వున్న ప్రతికూల ఆలోచనలనూ, పనికిరాని నమ్మకాలను వదిలించుకోగలమా? మీ జీవితం అందమైన యవనిక అనుకుంటే, వస్త్రాన్ని విప్పకుండా కేవలం ఒక కుట్టు వేయడం ఉపయోగం లేదు. మరో మాటలో చెప్పాలంటే, మన స్వీయ-భావన, ప్రపంచంపై మన దృక్పథం సంక్లిష్టంగా ఉంటాయి. అందువల్ల ఒక చిన్న ఆలోచనను మార్చుకోవటం అంటే నమ్మకాల పరంపరను అడ్డుకోవడం.

అందుకు బదులుగా, పరివర్తన అనే ప్రక్రియను మనం క్రమక్రమంగా జరిగే విషయంగా భావించవచ్చు. పైపైన ఉండి సవాలు చేసే ఆలోచనలు, చిలుకపలుకుల్లాంటి ధృవీకరణలు దానిని నిలువరించలేవు. మనం చేయడానికి ప్రయత్నిస్తున్నది ఏమిటంటే, తరచూ ఉద్భవించే వ్యక్తిగత ఆలోచనలకు మించి, దృక్కోణంలో పూర్తి మార్పును సృష్టించడం.

కొన్ని నిజ జీవిత ఉదాహరణలు చెప్పుకుంటే వీటిని మరింత దృఢపరుచుకోవచ్చు. డిప్రెషన్‌తో బాధపడుతున్న ఒక కుర్రాడు ఉన్నాడని అనుకోండి. అతని స్వీయ భావన, జీవిత దృక్పథం అంతిమంగా నిరాశావాదం. అతనికి నిరంతరం స్వయంచాలకంగా ప్రతికూల ఆలోచనలు బుర్రలోకి వస్తూనే ఉంటాయి.

"నేను ఓడిపోయాను."

"నేను దీన్ని స్వయంగా చేసుకోవాలి. కానీ చేసుకోలేకపోయాను"

"నా జీవితం గందరగోళంగా ఉంది."

"జీవితాన్ని నేను చూసే విధానాన్ని, నేను గడుపుతున్న విధానాన్ని నేను ద్వేషిస్తున్నాను"

ఈ ఆలోచనలు జీవితంలోని ప్రతికూల ధోరణికి ఫలితంగా కనిపిస్తాయి. కానీ వాటికి కూడా కొన్ని కారణాలు ఉంటాయి. ఇది ఒక విషవలయం. మనం ఉదహరించుకున్న కుర్రాడు ఒకరోజు డ్రైవింగ్ పరీక్షకు వెళ్లాడనుకుందాం. అతని ధోరణి ఎలా ఉంటుందంటే, నిజానికి అతనికి ఏ మాత్రం స్పృహ లేకుండానే యిలా అనుకుంటాడు, "నేను ఎంత ప్రయత్నించినా ఏదీ ఫలించటం లేదు" అతను తన అనుభవాన్ని ఎలా అర్థం చేసుకుంటాడంటే (అబ్బో, ఇది చాలా కష్టం, దీనిని చేయడం తమాషా కాదు), ఎదురుదెబ్బల నుండి అతను ఎలా కోలుకుంటాడు (సూచన: అతను కోలుకోడు), అతను తీసుకునే చర్యలు (డ్రైవింగ్ పరీక్ష బుకింగ్‌ను వాయిదా వేయడం, ప్రతీదానికి వ్యక్తిగతంగా తీసుకోవడం, ప్రతి పనిలోనూ ఏదో ఒక ఇబ్బందిని చూడడం వంటివి జరుగుతాయి. అతను ఓడిపోయాడనటానికి అన్నిటినీ సాక్ష్యాలుగా చూపిస్తాడు).

దానికి బదులుగా ఈ యువకుడు, డ్రైవింగ్ పరీక్ష చేసేందుకు వచ్చిన వారు మంచి వ్యక్తులనీ, తాను తప్పకుండా డ్రైవింగ్ నేర్చుకోగలననీ, తన జీవితం సజావుగా సాగుతుందనీ, జీవితంలో ఎదురయ్యే చిన్నపాటి ఎదురుదెబ్బలను తట్టుకునే సామర్థ్యం తనకు ఉన్నదనీ ప్రగాఢమైన నమ్మకంతో ఉండవచ్చు. ఇది అతని అనుభవాన్ని పూర్తిగా మార్చివేస్తుంది.

సానుకూలతో వుండే ఆలోచనలు ఈ క్రింది విధంగా ఉంటాయి:

"ఏదైనా చెడు జరిగినప్పటికీ, నేను బాగానే ఉంటానని నాకు తెలుసు."

"నేను గట్టిగా ప్రయత్నిస్తే నేను పనులను సాధించగలను."

"నా జీవితం చాలా బాగుంది."

"నాకు చాలా మంచి లక్షణాలు ఉన్నాయి."

ఏదైనా పరివర్తన చేయడం అనేది ప్రతికూల ఆలోచనను సానుకూల ఆలోచనతో భర్తీ చేయడం మాత్రమే కాదు. మనలో పుట్టే ఆలోచనలు అనేవి మనలో అప్పటికే వున్న లోతైన నమ్మకాలు, స్వీయ-భావనా దృక్పథం మీద మన అభివ్యక్తి అని గుర్తుంచుకోండి. కాబట్టి మనం వాస్తవమైన మార్పు పొందాలంటే ఏం చేయాలి?

మేథో పునః నిర్మాణం

స్వయంచాలకంగా మనలో కలిగే ప్రతికూల ఆలోచనలు మనకు తెలియకుండానే నష్టాన్ని కలిగిస్తాయి. అందువల్ల మొదటి దశలోనే మన ప్రతికూల ఆలోచనలపై అవగాహన పెంపొందించుకోవాలి.

> **1వ చర్య:** మనసులో కలిగే అభిజ్ఞా వక్రీకరణలు, స్వయం చాలకంగా వచ్చే ప్రతికూల ఆలోచనలను గుర్తించండి.
>
> **2వ చర్య:** ఈ ఆలోచనలతో హేతుబద్ధంగా, స్పృహనెరిగి సర్దుబాటు / వివాదం / ఒప్పందం వంటి ఆలోచనలతో నిమగ్నమవ్వండి.
>
> **3వ చర్య:** మీ జీవన విధానంలో కొత్తవి, మరింత ఉపయోగకరంగా ఉండే ఆలోచనలను ఉంచండి.

ఉదాహరణకు, ఎవరైనా మొదటిసారిగా డేటింగ్ మొదలుపెట్టారని అనుకుందాం. వారు ఉద్దేశపూర్వకంగానే ACT సూత్రాలను పాటించారని అనుకుంటే వాళ్లకు ఏమి జరుగుతుందో గుర్తుంచుకోండి. వాళ్ల మనసుల్లో కలిగే కొన్ని ఆలోచనలను గమనించి, అదే సమయంలో పునరావృతమయ్యే ఆలోచనను గమనిస్తారు. "నేను చూసేందుకు వికృతంగా వున్నానని నన్ను తిరస్కరించినట్లయితే?" ఇది అభిజ్ఞా వక్రీకరణ అని గుర్తించే మొదటి చర్య.

ఇప్పుడు, ఆ వ్యక్తి ఈ ఆలోచనతో హేతుబద్ధంగానూ, తెలివితోనూ వ్యవహరించవచ్చు. గుర్తుంచుకోండి, ఇది తప్పును కనుగొనడం లేదా కలిగిన ఆలోచన నిజమా కాదా అని నిర్ణయించడం గురించి కాదు. దానికి బదులుగా, అది ఉపయోగకరంగా ఉందా, లేదా అని ప్రశ్నించుకోవాలి.

ఈ అచేతన స్థితిలో కలిగిన ఆలోచన యొక్క ఫలితం ఏమిటి? ఇది చాలా స్పష్టంగా ఉంటుంది: ఆ వ్యక్తి డేటింగ్ ప్రక్రియను ఆస్వాదించలేడు. అవతలి వ్యక్తి ఎప్పుడెప్పుడు తిరస్కరిస్తారా అని ఎదురు చూస్తుంటాడు. అదే సమయంలో తను ఎంపిక చేసుకునే అవకాశం ఉందని కూడా విస్మరించి, అవతలి వ్యక్తికి అన్ని రకాలుగా ఎంచుకునే అవకాశం కలుగజేసే నిష్క్రియ స్థితిలో ఉంటాడు. ఇది అతడిని ఆందోళనకు గురిచేస్తుంది. ఇంకా చెప్పాలంటే అతనంటే ఎవరూ ఇష్టపడని విధంగా ప్రవర్తించే అవకాశం ఉంది.

2వ చర్యలో, ఆ వ్యక్తి 'ప్రత్యామ్నాయాలు ఏమిటి?' అనే ఆలోచనను పునర్నిర్మించడానికి ప్రయత్నించవచ్చు. మీ దృక్పథాన్ని విస్తృతం చేసుకోండి. స్వీయ-మూల్యాంకనంపై దృష్టి పెట్టే బదులు, ఒకరి గురించి మరొకరు మరింత తెలుసుకోవడానికి, డేటింగ్ ప్రక్రియలో ఇద్దరు వ్యక్తులు ఉంటారని గుర్తుంచుకోండి. మీకు డేటింగ్ నచ్చకపోయినా, దానివల్ల ప్రపంచం అంతం కాదని మీరు తెలుసుకోండి. అందరూ ఇష్టపడాలని ఏముంది, అవునా? అంతేకాకుండా, మీ ఇద్దరికీ ఒకరంటే ఒకరికి యిష్టం కలిగే అవకాశం కూడా ఉంటుంది కదా!

3వ చర్యలో, మీరు కొత్తగా సర్దుబాటు చేసిన ఈ ఊహాత్మక ఆలోచనను మీ జీవితంలో ప్రవేశపెట్టుకోవచ్చు. ధృవీకరణలను ఉపయోగించడానికి, లేదా మీకు పనికి వస్తుందని మీకు తెలిసిన వాటికి దగ్గరగా ఉండే వివరణలు, లేదా కథనాల వైపు మీరు సున్నితంగా తిరిగేందుకు ఇప్పుడు సమయం ఆసన్నమైంది. ఇప్పుడు మీరు "నేను చూసేందుకు వికృతంగా వున్నానని నన్ను తిరస్కరించినట్లయితే?" అనే ఆలోచనను బుడగ పేల్చినట్టు పగులగొట్టండి. ఇప్పుడు మీ దగ్గర ప్రత్యామ్నాయ సమాధానం ఉంది: "తిరస్కరిస్తే మాత్రం ఏమిటి?" అని గానీ, "నన్ను తిరస్కరిస్తే? నన్ను ఇష్టపడకపోవచ్చు. అంతమాత్రం చేత మరొకరు ప్రేమించరని దీని అర్థం కాదు!"

ఈ విధమైన ఆలోచనలు మీ డేటింగ్ ప్రక్రియను మంత్రం వేసినట్టు విజయవంతం చేస్తుందా? లేదు, బహుశా చేయలేకపోవచ్చు. కానీ క్రమంగా, మీ మనసులో పుట్టుకొచ్చే ప్రతికూల ఆలోచనల స్థానంలో అనుకూల ఆలోచనలను కలిగి ఉంటారు. మీరు కాలం చెల్లిన, పనికిరాని స్వీయ-భావనల పట్టును వదిలిపెడతారు. ఆ స్థానంలో సానుకూలమైనవి, పనిచేసే ఆలోచనలను చురుకుగా ఎంచుకుంటారు. మీరు చేసే పనులు

రెండు: ఒకటి, మీరు అచేతన స్థితిలో ఉన్న ఆలోచనలను, మీకు మీరుగా చీకటి నుండి బయటకు తీస్తారు. రెండు, దానిపై అవగాహన అనే కాంతిని ప్రకాశింపజేస్తారు. ఆ తర్వాత మీరు విభిన్నంగా చేయడానికి ఏదైనా ఎంపిక చేసుకోండి. మీరు ఇతర ఎంపికల గురించి పూర్తిగా తెలుసుకున్న తర్వాత మాత్రమే మీరు ఎంపిక చేసుకునే అవకాశం ఉంటుంది. అందుకే అవగాహన అనేది ముఖ్యమైన మొదటి అడుగు.

ప్రతికూల ఆలోచనల చక్రాన్ని విచ్ఛిన్నం చేయడం రాత్రికి రాత్రి చేయగలిగే పని కాదు. (వ్యక్తిత్వ నిర్మాణం మీద పాఠాలు చేప్పే గురువులు మీకు ఏం చెప్పినా సరే!) కానీ, అవగాహన గురించిన గొప్ప విషయం ఏమిటంటే, అది మరింత అవగాహన కలిగించేలా ఉంటుంది. సౌమ్యంగా "పాజిటివ్ థింకింగ్" చేస్తున్నట్లు నటించడం, మనకి మనమే విరుద్ధంగా ఉండటం, మన దీర్ఘకాల విశ్వాసాలతో వాదించడం లాంటి వాటితో అవసరమే లేదు. దానికి బదులుగా, మీకు కలిగే ఆలోచనల గురించి ఆసక్తిగా, అందరితో పంచుకోండి. వాటిపై అవగాహన యొక్క కాంతిని ప్రకాశింపజేయండి, ప్రత్యామ్నాయాలను కనుగొనండి. మీరు కనుగొన్న ఆ ప్రత్యామ్నాయ ఆలోచనలను మీ ప్రపంచంలో పొందుపరచడం ప్రారంభించండి. అప్రమత్తంగా ఉండండి. ఏమి జరుగుతుందో గమనిస్తూ ఉండండి.

దీనికి సమయం కావాలి. సహనం కూడా అవసరం – ఒక ఆలోచన ఉపయోగకరంగా లేనందువల్ల దానిని వదులుకోవడం సులభం అని కాదు! వాస్తవానికి, మీ దృక్పథాన్ని సున్నితంగా మార్చడం ప్రారంభించడానికి పదేపదే స్థిరమైన అభ్యాసం అవసరమని మీరు ఆశించవచ్చు. కానీ ఇది మీ స్థిరమైన చింతనతో 'ఆలోచనలేని అలవాటు'తో కాకుండా అవగాహన నుండి పని చేయాలనే ఉద్దేశ్యంతో మారుతుంది.

మేథో పునర్నిర్మాణం కోసం కొన్ని సూచనలు, ఇవి నిజంగా పనిచేస్తాయి:

- దయ, కరుణ వంటి వాటిని అభ్యసించండి. విమర్శ, తీర్పుల స్థానం నుండి లేదా మీ మెదడులో వున్న "తప్పు" ఆలోచనలను కనుగొనేందుకు ఉన్నట్లుగా కఠినంగా వున్న సార్జెంట్ లాగా మీ పనులు చేయకండి!

- ఎప్పటిలాగే, స్వీకరించండి. ఆసక్తిగా, ఎటువంటి రహస్యంలేని అవగాహనలతో ప్రారంభించండి – దేనికీ అర్థాలు చెప్పకండి, ఎదుటివారి వాదనలను ఖండించకండి. మీ కోసం ప్రస్తుత సమయంలో అక్కడ ఏమి జరుగుతుందో చూడండి, చూస్తూనే ఉండండి.
- మార్పుకు సమయం పడుతుందని గ్రహించండి – మీ ప్రస్తుత స్వయంచాలక ఆలోచనలు, నమ్మకాలను అభివృద్ధి చేసుకోవడానికి మీకు జీవితకాలం పట్టింది; మీరు వాటిని పునః నిర్మిస్తున్నపుడు కాస్త ఓపికపట్టండి. రాత్రికి రాత్రి అద్భుతాలు జరుగుతాయని ఆశించకండి.
- మీరు మీ ఆలోచనలను సవాలు చేసినప్పుడు, అది సరైనదా, దోషపూరితంగా ఉందా, మంచిదేనా, లేక చెడ్డదా అని నిర్ణయించే బాధ్యతను మీరే తీసుకోకండి. మీ ప్రస్తుత ఆలోచన మీ జీవితంపై ఎలాంటి ప్రభావాన్ని చూపుతుంది అని మాత్రమే గమనించండి. అయితే వాస్తవానికి మీ విలువలు, లక్ష్యాలకు చక్కగా సరిపోయే ప్రత్యామ్నాయం కూడా ఉండి ఉంటుంది. దానికోసం ప్రయత్నించండి.
- "సానుకూల ఆలోచన"లు, ఉపరితల స్థాయిలో మాత్రమే పనిచేసే ధృవీకరణలను మర్చిపోండి. మీరు మీ దృక్కోణంలో నిజమైన మార్పును తీసుకురావడానికి ప్రయత్నిస్తున్నారు. మీ పాత నమ్మకాలకు కొత్త రంగులు వేయకండి!

రెండు వరుసల సాంకేతికతను ఉపయోగించండి

సరే, ప్రస్తుతం దీన్ని ఆచరణలో పెడదాం. స్వయంచాలకంగా, పదే పదే వచ్చే ఆలోచనలను మనస్సులో నుండి పారాద్రోలాలను అనుకుంటున్నాము. అవి ఏ విధంగా ఉంటాయో కూడా మన గమనించాలి కదా! దీనిని ఆచరించడానికి మనకున్న ఒక మంచి మార్గం విషయాలను వ్రాయడం. ఒక తెల్ల కాగితం తీసుకుని, రెండు నిలువు వరుసలను గీయండి. ఎడమ వైపున, మీకు తెలిసిన కొన్ని ఆలోచనలు, ఊహలు, నమ్మకాలు, మీకు సహాయపడకపోవచ్చని,

మీ విలువలకు అనుగుణంగా ఉండకపోవచ్చని మీరు అనుకుంటారో అవి వరుసలో రాయండి.

ఉదాహరణకు, మీరు "నేను ఎప్పుడూ సరిగా ఉండను", "నేను నిరాశావాదిని" అని రాసుకోవచ్చు.

ఒక్కసారి గాఢంగా శ్వాస తీసుకోండి. మీరు రాసిన వివరాలను చూడండి. ఆ వాక్యాల వెనుక ఉన్న భావనను అనుభవించడానికి కొంత సమయం కేటాయించండి. ఈ అభిప్రాయాలకు, ఆలోచనలకు మీ శరీరం ఎలా స్పందిస్తుందో అనుభూతి చెందండి. జీవితంలోని అన్ని సమయాలలోనూ మీరు మీ దృక్కోణంలో ఈ అంతర్గత వడపోత చేసారని ఊహించండి. ఇప్పుడు మీరు ఎలా ప్రవర్తిస్తున్నారు, మిమ్మల్ని మీరు ఎలా చూసుకుంటున్నారు, యీ అచేతన, ఎదురులేని నమ్మకం ఆధారంగా మీకు మీరు చెప్పుకున్న కథల గురించి ఆలోచించండి. మీరు ఒక విధంగా కుంచించుకుపోయి, వంగిపోయి, జీవితంలో తప్పించుకోవడం, మీ అభిప్రాయాన్ని చెప్పక పోవడం, మీకు మీరు సవాలు చేసుకోకపోవడం వంటి చర్యలే కాకుండా ఇతరులు మిమ్మల్ని విమర్శించినప్పుడు అంగీకరించడం మీరు గమనించవచ్చు.

వీటినన్నిటినీ చూసి గమనించండి. ఈ ఆలోచనలను ఆలోచనలుగా మాత్రమే చూడండి – వాస్తవికంగా కాదు. అవన్నీ మీ మనస్సులో తిరుగుతున్న చిత్రాలు, ఆలోచనలు, చిహ్నాలు అని గమనించండి.

ఇప్పుడు, కుడివైపు వరుసలో, సృజనాత్మకతతో నింపండి. మీకు ఉపయోగకరంగా ఉండే ఒక ఆలోచనను మీరు తిరిగి ఎలా వ్రాయగలరు? దాని ద్వారా అది మీకు ఏదైనా నేర్పించగలదా, మీకు స్ఫూర్తినివ్వగలదా, లేదంటే మీరు సాధించాలనుకున్నది సాధించడంలో మీకు ఏ విధంగానైనా సహాయపడుతుందా? ఇది మీ కోసం యింకెవ్వరూ చేయగలిగేది కాదు – మీ విలువలు ఏమిటో, "ఉపయోగకరమైన" ప్రత్యామ్నాయంగా మీకు ఏది నిజమైన స్ఫూర్తిని ఇస్తుందో మీరు మాత్రమే నిర్ణయించగలరు. అందువల్లనే కాపీ–కట్–అండ్–పేస్ట్ ధృవీకరణలు సాధారణంగా కట్టుబడి ఉండవు. మన సూత్రాలు, ఆదర్శాల ప్రకారం వాటిని గుర్తించడానికి మనం ఏ మాత్రం సమయం తీసుకోలేదు.

"నేను ఎప్పుడూ సరిగా ఉండను" అనే బదులు మీరు ఇలా వ్రాయవచ్చు, "నేను మంచి, చెడు, యీ రెండు లక్షణాలను కలిగి ఉన్న సాధారణ వ్యక్తిని"

లేదా, "నేను అపజయం పొందినప్పుడు, నేను దానిని శ్రద్ధగా నేర్చుకుని, మరింత మెరుగ్గా చేయడానికి కష్టపడి పనిచేస్తాను" లేదా, "నేను పరిపూర్ణంగా లేనప్పటికీ నన్ను నేను ప్రేమిస్తున్నాను, అంగీకరిస్తున్నాను." "నేను నిరాశావాదిని" అని కాకుండా, "ఈ సమయంలో నేను కొన్ని విచారకరమైన అనుభూతులను అనుభవిస్తున్నాను," లేదా, "ఇది కష్టమైన సమయం కావచ్చు, కానీ ఇది ఎప్పటికీ ఉండదు" లేదా, " నేను ప్రస్తుతం నా జీవితంలో కొన్ని సవాళ్లను ఎదుర్కొంటున్నాను. అయినప్పటికీ నేను ఉత్తేజకరంగా ఉన్నాను" మీకు ఉపయోగకరంగా, స్ఫూర్తిదాయకంగా భావించే ప్రత్యామ్నాయాలతో మీరు నిజంగా ప్రయోగాలు చేయాలనుకుంటున్నారు. జీవితంలో ప్రతిసారీ సానుకూలంగానూ, లేదంటే అవాస్తవంగా ఉండవలసిన అవసరం లేదు!

మీరు కొన్ని ప్రత్యామ్నాయాలను కనుగొన్న తర్వాత, వాటిని వెంటనే రాయకండి. ఎందుకంటే, మనం యీ ఆలోచనలను హేతుబద్ధంగా చూస్తాము / వాటితో విభేదిస్తాము / మరో విధంగా రాస్తాము. మనం వాటిని అంతర్గతంగా గ్రహించి వాటిని నిజంగా విశ్వసించే వరకూ వాటికి అర్థం లేదు. కాబట్టి, వాటిని రాసాక, ఈ ఆలోచన మీ స్వయంచాలక ఆలోచనకు భిన్నంగా ఎలా ఉందో అనుభూతి చెందడానికి కొంత సమయాన్ని కేటాయించండి. ఇది కేవలం మేధో వ్యాయామం మాత్రమే కాదు. ప్రత్యామ్నాయ ఆలోచన మిమ్మల్ని ఎలా ప్రవర్తించేలా చేస్తుంది? మీరు ఆ ఆలోచనపట్ల ఎలా అనుభూతి చెందుతున్నారు? ఈ నమ్మకంతో ఉన్నప్పుడు మీకు ప్రపంచం ఎలా కనిపిస్తుంది? ఇప్పుడు మీకు ఏ కొత్త పరిష్కారాలు, ఎంపికలు అందుబాటులో ఉన్నాయి?

ప్రతికూలమైన స్వయంచాలక నమ్మకాలను, సానుకూలంగా పునః నిర్మించుకోవటానికి అనేక గొప్ప మార్గాలు ఉన్నాయి:

- 'ఎల్లప్పుడూ', 'ఎప్పుడూ', 'ఎవరూ', 'ప్రతిదీ' మొదలైన పదాలను కొత్త పదాలతో నింపండి. "నేను ఎప్పుడూ విఫలమవుతాను" అనడానికి బదులుగా, "నేను ఈ ఒక్కసారి విఫలమయ్యాను. నేను మళ్లీ ప్రయత్నించినపుడు విఫలమవుతానని దీని అర్థం కాదు. నేను గతంలో విజయం సాధించాను"
- మీ ఆలోచనలు ఆకస్మికమైన విపత్తు కలిగించే విధంగా ఉన్నట్లయితే, అది ప్రపంచాన్ని ముంచెత్తుతుందా అని

ప్రశ్నించుకోండి. కాబట్టి, "నేను నా పరీక్షలో విఫలమైతే, అంతకన్నా ఘోరం మరొకటి ఉండదు" అనుకోవడానికి బదులుగా, "నేను నా పరీక్షలో విఫలం కావచ్చు. అదేమంత ఘోరమైన విషయం కాదు. నేను మరోలాకూడా చేసుకోవచ్చు" అనుకోండి.

- ప్రతికూలమైన, విమర్శనాత్మకమైన, స్వీయ-ద్వేషంతో నిండిన ఆలోచనలు వస్తుంటే వాటిపై కొంచెం కనికరం చూపండి. మీకు అత్యంత ప్రియమైన వ్యక్తికి చెబుతున్నట్లుగా ఆ ఆలోచనలను తిరిగి వ్రాయండి. "నువ్వు ఘోరంగా ఓడిపోయావు" అనే ఆలోచనను "ఈసారి నువ్వెందుకో సరిగా చేయలేకపోయావు. కానీ పర్వాలేదు, మరోసారి యింతకన్నా మెరుగ్గా చేస్తావు"
- మీరు చదవడానికి, భవిష్యత్తును అంచనా వేయడానికి, నిరాధారమైన నిర్ణయాలు తీసుకునేందుకు ప్రయత్నిస్తున్నారా అని నిర్ధారించుకోండి. ఒక శాస్త్రవేత్తలాగా మిమ్మల్ని మీరు సాక్షిగా నిలబెట్టుకోండి. మీరిలా రాసుకున్నారనుకోండి. "నా జీతం పెంచటానికి యజమాని ఎప్పటికీ అంగీకరించదు". మీరు దీనిని నమ్మడానికి మీ వద్ద ఏవైనా ఆధారాలు ఉన్నాయా? అని తరచి చూసుకోండి. లేకపోతే, "నా జీతం పెంచటానికి యజమాని అంగీకరించడేమోనని అనుకుంటున్నాను. యజమాని అలా అనుకుంటాడని నా దగ్గర ఎటువంటి ఆధారమూ లేదు. అలాంటపుడు జీతం పెంచమని అడగడంలో తప్పు లేదు" అని యిప్పుడు రాయండి. "ఆమె నన్ను ఖచ్చితంగా ద్వేషిస్తుంది" అనుకునే బదులుగా, "నేను ఆమె మనసును చదవలేను. అందువల్ల యిప్పుడు ఆమె అభిప్రాయం నాకు తెలియదు"
- అన్ని రకాల ఆలోచనలు, పనికొచ్చేవి, పనికి రానివి, పనికొస్తాయని అనుకున్నవీ, అన్ని ఆలోచనలను తరచి చూడండి. కీలకమైన సమాచారాన్ని కోల్పోతున్నారా అని చూడటానికి ప్రయత్నించండి. "స్నేహితుల పార్టీకి వాడు నన్ను పిలవలేదు. వాడు నా దృష్టిలో చచ్చిపోయాడనుకుంటా" అనుకునే బదులు "స్నేహితుల పార్టీకి వాడు పిలవలేదంటే, దానికి అనేక కారణాలు ఉండొచ్చు"

చివరగా, అచేతన స్వయంచాలక ఆలోచనలను తిరిగి రాయడం వల్ల అవి ఎంతో ఉపయోగకరమైన చర్యలుగా రూపొందుతాయి. బాధలు, ఆందోళనలు, విచారం మన జీవితంలో ఎదురైనపుడు వాటిని స్వీకరించి, వాస్తవ–ప్రపంచానికి తగిన మార్పులు చేసుకోవడానికి మనకు ఎప్పుడూ అధికారం ఉంటుంది. ఉదాహరణకు, “దీన్ని ఎలా చేయాలో నాకు తెలియదు” అనే నిష్క్రియ, నిస్సహాయ ఆలోచన మీకు ఉంటే, మీరు దానిని మరింత సాధికారతతో కూడిన ఆలోచనగా మార్చవచ్చు: “నేను ఎవరి సహాయం అడగాలి?” లేదా “నేను దీన్ని ఎలా నేర్చుకోవాలి?”

“నేను పొరపాటు చేసాను. అయితే దాని పర్యవసానాలను భరించలేను” అనే ఆలోచనను, “జరిగిన నష్టాన్ని తగ్గించడానికి నేను ఇప్పుడు ఏమి చేయాలి?” అనిగానీ, లేదా “నేను యీ పరిణామాలను ఎదుర్కోవటానికి ఏమి చేయాలి?” అని ఆలోచించండి.

ఇప్పుడిక అద్భుతమైన మాయాజాలం జరుగుతుంది. అది మిమ్మల్ని ఉత్సాహపరుస్తుంది. అవకాశాలు, ప్రత్యామ్నాయాల పట్ల మీ మనస్సును కవాటాలను తెరిచి, మళ్లీ క్రియాశీలకంగా ఉండేట్లుగా మిమ్మల్ని శక్తివంతం చేస్తుంది. ఎంత చిన్నదైతే అంత మంచిది. మీరు సరైన దిశలో తీసుకోగల ఒక సానుకూల చర్యను గుర్తించండి. తక్షణమే మీ దృక్పథం మారడాన్ని గమనించండి.

మీ ప్రపంచాన్ని మార్చుకోండి – ఒక్కొక్కటిగా వైకల్యాలను వదిలించుకోండి

మీకు వాస్తవం చెప్పాలంటే, మీరు ఒకసారి “నఖశిఖ పర్యంతం” అర్థం చేసుకున్న తర్వాత, మీ చైతన్యపు అవగాహన వెలుపల దాగి ఉన్న దాని గురించి తెలుసుకుని మీరు ఆశ్చర్యపోవచ్చు! మీ బుర్రలో యిప్పటికే అనేకం నిండిపోయాయి. వ్యక్తిగత అపోహలు, కథనాలు, మానసిక వ్యథలు, నమ్మకాలు, ఊహలు, అంచనాలు.. యిలా యీ విధంగా విచిత్రమైన, అహేతుక ఆలోచనల పరంపరలతో తల పగిలిపోతూ ఉంటుంది.

మీ అంతర్గత ప్రపంచంలో నిగూఢంగా వున్న వాటిని ప్రశ్నించడం, పునః నిర్మించుకోవడం ద్వారా ప్రశాంతమైన సంతృప్తి, గాఢమైన

విశ్వాసానికి దారి తీస్తుంది. ఇది అద్భుతమైన సాక్షాత్కారం: తద్వారా మీరు ఆలోచించే విధానాన్ని మార్చుకోవచ్చు. మీరు దీన్ని ఆచరించినప్పుడు, సరైన పదాలు చెప్పడం లేదా "హేతుబద్ధమైనది", "అహేతుకమైనది" ఏమిటో మేధోపరంగా గ్రహించ గలుగుతారు. మీ అంతర్గత ప్రపంచం ఎలాంటి భావజాలంతో నిర్మితమైందో వాస్తవంగా చూసేందుకు మీకు ధైర్యం, నిజాయితీ సహాయపడుతాయి!

ఈ స్ఫూర్తితో, కొన్ని సాధారణ ప్రతికూల ఆలోచనా విధానాలను, అవి మీ ఆలోచనలో కనిపించే విధానాన్ని మరింత నిశితంగా పరిశీలిద్దాం. వీటిని 'మేథోపరమైన వైకల్యాలు' అంటారు. వాటి లక్ష్యం "ఓహ్.. నాకు తెలిసిపోయింది!" అనటం కాదు. ఇది ఏమిటంటే, మన అచేతన మనస్సులతో, ఆసక్తిగా తెలుసుకోవడం, తగిన ప్రత్యామ్నాయాల కోసం మనల్ని మనం సవాలు చేసుకోవడం లాంటిది. మీరు కిందివాటిని గుర్తించే అవకాశం ఉంది:

విస్తరించడం – మన దృష్టిని పూర్తిగా, ఒక కోణం లేదా ఒక ఆలోచనపై ఉంచడం.
ఉదాహరణ: "నా పెళ్లి దుస్తులకు సరిజోడైన షూస్ లభించకపోతే, ఆ రోజంతా పాడైపోతుంది. నా పెళ్లిని నేను ఒదులుకున్నట్టే."

అతిగా సాధారణీకరించడం – ఒక తీర్మానాన్ని వర్తించని ఇతర సందర్భాల్లో కూడా తప్పుగా వర్తింపజేయడం.
ఉదాహరణ: "1992లో, నేను తన కంటే తక్కువ సంపాదిస్తున్నందుకు నా స్నేహితురాలు వదిలిపోయింది. స్త్రీలందరూ డబ్బంటే వ్యామోహంలో ఉంటారని నాకు తెలిసింది"

బ్లాక్ అండ్ వైట్ థింకింగ్ – వ్యక్తులమీదా, వస్తువుల మీదా, విషయాలమీదా – నిజాన్ని పట్టించుకోకుండా – నిశ్చితాభిప్రాయంతో ఉండటం.
ఉదాహరణ: "అతను నేను చెప్పిన జోక్‌కి నవ్వలేదు. కాబట్టి అతను బహుశా నా ధైర్యాన్ని ద్వేషిస్తాడు."

విపత్తు – అత్యంత చెత్త ఫలితంపై దృష్టి పెట్టడం.
ఉదాహరణ: "నా రక్త పరీక్ష ఫలితాలను నాకు అందజేయడానికి వారు చాలా సమయం తీసుకుంటున్నారు. అంటే, నాకు అరుదైన వైరల్ ఇన్ఫెక్షన్ ఉందని, అది నన్ను చంపేస్తుందని నేను ఖచ్చితంగా చెప్పగలను.

ఇలాంటివే యింకా అనేకమైన మేథో వైకల్యాలు, వక్రీకరణలు ఉన్నాయి. చిత్రంగా, అవన్నీ ఒకే విధంగా పనిచేస్తాయి: అవి వాస్తవికతను వడకట్టి, వక్రీకరిస్తాయి. మన దృక్పథాన్ని మరింత యిరుకు చేస్తాయి. మీరు మరింత అవగాహనతో ఉండటం సాధన చేసినప్పుడు, ఈ పక్షపాత భావనలు ఒకటి లేదా అంతకంటే ఎక్కువగా తిరిగి రావడం మీరు మళ్లీ మళ్లీ గమనించవచ్చు.

ప్రక్రియ 1: సోక్రటీసు మాదిరిగా ప్రశ్నించండి

మేథో వైకల్యాలు అచేతనమైనవి, సవాలు చేయటానికి వీలు లేనివి. వాటిని చైతన్యవంతం చేసి సవాలు చేయడమే మన పని! దీన్ని సాధించడానికి ఒక మార్గం ఏమిటంటే, ఆసక్తిగా ఉండటం, ప్రసిద్ధ తత్వవేత్త సోక్రటీస్ శైలిలో ప్రశ్నలు అడగడం! ఆయన సత్యాన్ని చేరుకోవడానికి సాధారణ సాంకేతికతను ఉపయోగించాడు, అదే: 'వినయపూర్వకమైన ప్రశ్న'. ఇక్కడ ఒక ఉదాహరణ చెప్పుకుందాం.

"మహిళలందరూ సంపదపట్ల వ్యామోహం ఉన్నవాళ్లే"

"నిజంగానా? నీ దగ్గర ఎలాంటి ఆధారాలున్నాయి?"

"సరే, 1992లో ఏంజెలా ఉంది"

"నీ దగ్గర ఇంకేమైనా ఆధారాలు ఉన్నాయా?"

"సరే, ప్రత్యక్ష సాక్ష్యం అనేది స్పష్టంగా లేదు. కానీ స్త్రీలు అందరూ ఇలాగే ఉంటారని అందరికీ తెలుసు"

"ఇదంతా నిజమేనా? ప్రతి ఒక్కరూ అలాగే ఉంటారా? అది వాస్తవాలపై ఆధారపడిన ఆలోచనా లేదా మీరలా అనుకుంటున్నారా?"

"సరే, ఇది నా భావాలపై ఆధారపడి ఉందని నేను అనుకుంటున్నాను"

"సూక్ష్మమైన విధానం మరింత వాస్తవికంగా ఉన్నప్పుడు మీరు పరిస్థితిని సంపూర్ణంగా చూడగలరా?"

"సరే, అంగీకరిస్తాను అందరు స్త్రీలు అలా ఉండకపోవచ్చు. కొందరు అలా ఉండరు. అది నిజం..."

ఈ సంభాషణ యిలా సాగుతుంది. ఇక్కడ, మీరు మీ మాటలను వెనక్కు తీసుకోవడానికి నిరాకరిస్తారు. మీలో కలిగిన ప్రతి ఊహనూ, ఆశించిన తలంపును ప్రశ్నించండి. ఈ ఆలోచన వాస్తవంగా నిజమేనా? మీరు ఎందుకు అలా అనుకుంటున్నారు? ఇది హేతుబద్ధమా? ఈ ఆలోచన ఎక్కడ నుండి వస్తుంది? ఎందుకు? మీరు దేనిని గమనించడం లేదు? ఇది ప్రాథమికంగా అనిపిస్తుంది, కానీ వాస్తవం ఏమిటంటే, మనలో చాలామంది ఆ నమ్మకానికి మన దగ్గర ఏదైనా ఆధారాలు ఉన్నాయా? అని అడగడానికి బదులుగా ఏ మాత్రం ఆలస్యం చేయకుండా ఒక నమ్మకంలోకి దూసుకుపోతారు.

మీరు ఎలాంటి ప్రాధాన్యతలు లేని గ్రహాంతర వాసిగా ఊహించండి. మీరు ఆసక్తిగా ఉండండి: మీకు ఇక్కడ ఏమి తెలుసు? వాస్తవం ఏమిటి? భావోద్వేగం ఏమిటి? మీరు అంచనాలు, ఊహలు, నిరాధారమైన అనుమానాలు కలిగి ఉన్నారా? మీరు ఏదో విధంగా సాక్ష్యాలను తప్పుగా అర్థం చేసుకోగలరా? మీరు పరిస్థితిని అర్థం చేసుకునే ఇతర మార్గాల గురించి, మీ ప్రస్తుత స్థానం ఎంతవరకు చెల్లుబాటు అవుతుందనే దాని గురించి ఆసక్తిగా ఉండండి. అలవాటు ప్రకారం చేసినందువల్ల మీరు మీ కథకు కట్టుబడి ఉన్నారా? తరచుగా, మనం తప్పు ఆలోచనతో కొనసాగుతాము, ఎందుకంటే ఇది మనలో ఇప్పటికే ఉన్న అనేక నమ్మకాలను, నిర్ధారణలను దృఢపరుస్తుంది.

మన అంతర్గత కథనం, స్వీయధోరణి చాలా గాఢంగా ఉంటాయి, ఎందుకంటే మనం వాటిని అంగీకరిస్తాము. కానీ సోక్రటిక్ టెక్నిక్ అనేది ముందునుండీ మన స్వంత ప్రామాణికతను, అవగాహనలను పరిశీలించడం. మరింత విస్తృతంగా, మరింత లోతుగా, మరింత హేతుబద్ధంగా ఆలోచించేలా మిమ్మల్ని మీరు ప్రోత్సహించుకుంటున్నారు. క్లుప్తంగా చెప్పాలంటే, మీరు

మీ స్వంత పక్షపాతాలు, దృష్టి సోకని ప్రదేశాలు, లోపభూయిష్ఠ తర్కాన్ని వెలికితీసేందుకు శరాలవంటి ప్రశ్నలను ఎక్కుపెడుతున్నారు. మీరు కేవలం మీతో మీరు విభేదించడం కాకుండా మీ సోమరితనాన్ని, మీలో కలిగే స్వయంచాలక ఆలోచనలను సవాలు చేయడానికి ప్రయత్నిస్తారు. అన్నింటికంటే, ఇతర అవకాశాలను వినోదభరితంగా చేయడం మాత్రమే మీరు విభిన్నంగా పనులను ప్రారంభించగల ఏకైక నిజమైన మార్గం!

ప్రక్రియ *2:* దృశ్యాలను మార్గదర్శం చేయండి

దృశ్యంగా ఊహించటం అనేది మనస్సును కేంద్రీకరించడానికి, మీ దృష్టిని మళ్లించడానికి, మీ ఆలోచనలో మార్పులు తీసుకురావడానికి శక్తివంతమైన మార్గం. మీరు రికార్డ్ చేసిన దృశ్యాలను కొనుగోలు చేయవచ్చు, వాటిని ఆన్‌లైన్‌లో ఉచితంగా చూడవచ్చు లేదంటే మీ స్వంతంగా చేసుకోవచ్చు. మీరు ఏమి చేయాలని నిర్ణయించుకున్నా, మీ మనస్సులోని కొన్ని సంఘటనలు, దృశ్యాలుగా రిహార్సల్ చేయడానికి మీరు మీ ఊహను ఉపయోగించాలి. తద్వారా మీరు అనుకున్న విధానంగా, మీ నమ్మకాల ప్రకారంగా వాటిని తిరిగి వ్రాయండి.

ఉదాహరణకు, మీరు పైన రాసుకున్న రెండు వరుసల వ్యాయామాన్ని ఉపయోగించి కొన్ని ప్రత్యామ్నాయ ఆలోచనలను గుర్తించవచ్చు. నిజ జీవితంలో కొత్త ఆలోచనలను ప్రవేశపెట్టుకోడానికి సమయాన్ని వెచ్చించవచ్చు. మీరు వేరొక దృక్కోణం నుండి దానిని చూసినప్పుడు గతంలో చేసిన వాదన లేదా చర్చ ఎంతటి భిన్నంగా జరుగుతుందో మీరు ఊహించవచ్చు. రాబోయే పరిస్థితిని పూర్తిగా కొత్త దృక్కోణం నుండి మీరు రిహార్సల్ చేయవచ్చు. కొందరు వ్యక్తులు ప్రతిరోజూ దీన్ని చేస్తారు. వాళ్లు తాము ఉదయం చేయవలసిన పనుల జాబితాను వ్రాసుకుంటారు. దాని ప్రకారం ఆ రోజులో తాము పనులు చేసుకుంటున్నట్టు చిత్రీకరిస్తారు. వివిధ సవాళ్లను ఎలా ఎదుర్కొన్నదీ, వివిధ సంక్షోభాలకు ఎలా ప్రతిస్పందిస్తారో స్పష్టంగా వివరంగా ఊహించుకుంటారు.

భిన్నమైన మనస్తత్వాన్ని రిహార్సల్ చేయడానికి, అభ్యాసం చేయడానికి, గత అనుభవాలకు తిరిగి రావడానికి దృశ్యీకరణ ప్రక్రియను

ఉపయోగించండి. ఇక్కడ మీరు విషయాలను నెమ్మదిపరచవచ్చు, జరిగిన దానిని పరిశీలించవచ్చు, అంతర్లీన నమ్మకాలను కనుగొనటం వాటిని మరింత దగ్గరగా చూడటం యీ ప్రక్రియవల్ల సాధ్యపడుతుంది. దృశ్యీకరణ అనేది మీరు పెంపొందించుకోవడానికి ప్రయత్నిస్తున్న మనస్తత్వాన్నీ, భావోద్వేగాల స్థితుల్లో మరింత గాఢంగా మునిగిపోవడంలో మీకు సహాయపడే సాధనం. ఉదాహరణకు, రూమినేషన్‌లో చాలా వరకు మీరు "సరైన వారు కారు" అనే నమ్మకం ఉందని మీరు కనుగొంటే, మీరు దానిని ఎదుర్కోవడానికి యీ దృశ్యీకరణ ప్రక్రియను ఉపయోగించవచ్చు. మీరు "సరైన వారే" నని మీరు భావించే గత పరిస్థితులను మీరు ఊహించుకోవచ్చు. ఈ సంఘటనలు, చిత్రాలను అన్వేషించడం ద్వారా, మీరు ప్రత్యామ్నాయ ఆలోచనలు ఉద్భవించటానికి అనుమతించవచ్చు, వాటిని విస్తరింపజేయవచ్చు. ఈ దృక్కోణం నుండి, మీరు మీ లక్ష్యాల వైపు తీసుకోవాల్సిన చర్యల గురించి ఆలోచించగలరో లేదో సరి చూసుకోండి.

దృశ్యీకరణ చేయటానికి ఎటువంటి పరిమితులు లేవు. మిమ్మల్ని ప్రోత్సహించేందుకు, మీకు సలహాలు ఇచ్చేందుకు, ఒక తెలివైన సలహాదారును గానీ, మరో విధానాన్ని గానీ ఉపయోగించవచ్చు. మీరు నిరుత్సాహం కలిగితే గనుక "సురక్షిత స్థలాన్ని" మీరు ఎంచుకోవచ్చు. అప్పటివరకూ మీరు ఊహించని మీ కొత్త రూపాన్ని దృశ్యీకరించుకోవడానికి మీరు సమయాన్ని వెచ్చించవచ్చు - ఈ వ్యక్తి ఏమి ఆలోచిస్తాడు, ఎలా అనుభూతి చెందుతాడు, ఏమి చేస్తాడు? మీకు మార్గనిర్దేశం దొరికేందుకు దీన్ని అనుమతించండి.

మీ పాత రూపం ఈ కొత్త రూపంతో సంభాషించడాన్ని ఊహించుకోండి. లేదంటే, మిమ్మల్ని మీరు కొన్ని చిత్రాలుగా, కొన్ని చిహ్నాలుగా చిత్రీకరించండి. మిమ్మల్ని మీరు ఊహించుకోవడం చాలా తమాషాగానూ, శక్తివంతంగానూ ఉంటుంది. ఉదాహరణకు, సీతాకోకచిలుకలా అనుకోండి. గొంగళీపురుగు రూపంలో వున్న మీ పాత నమ్మకాలన్నింటినీ వదిలివేయడం ఆ స్థానంలో కొత్తవి నిర్మించడం తమాషాగా ఉండదూ ! ఇక మీ ఇష్టం! ముఖ్యమైనది ఏమిటంటే, మీరు మీ ఆలోచనలను కేవలం ఉపరితల స్థాయిలో వ్రాయడం మాత్రమే కాదు, వాస్తవానికి వాటిని అనుభూతి చెందడం, దృశ్యీకరించుకోవడం అనేది, మీరు మీ ఇంద్రియాలను ఉపయోగించి

భావాలు, అనుభూతులను పొందితే, మీ మెదడుకు విషయాలను మరింత వాస్తవమైనదిగా చేస్తుంది.

ప్రక్రియ 3: రికార్డ్ చేయండి లేదా డైరీని రాయండి

విషయాలను రాసి వుంచడం అనేది మనలోని అంతరాన్ని, దృక్పథాన్ని పొందడానికి సహజమైన, సులభమైన మార్గం. అలాగే మీ ఆలోచనలను తగ్గించి, చాలా వియుక్తంగా అనిపించే వాటిపై పట్టు సాధించండి. మీ తల లోపల, మీ "ఆలోచనల ట్రాఫిక్" తో గుర్తించబడి, మీ అచేతన స్వీయ-చర్చను అనుమతించినప్పుడు, నమూనాలు, విభిన్న ఆలోచనలు, పునరావృతమయ్యే చిక్కుల గురించి తెలుసుకోవడం కష్టం. అయితే, మీరు వాటిని నలుపు తెలుపులో ఉంచడం ఆపివేస్తే, ఇది సులభం.

పైన చెప్పుకున్న రెండు వరుసల విధానం అస్పష్టమైన ఆలోచనలపై పట్టు సాధించడానికి గొప్ప మార్గం. అయితే మేథో వైకల్యాలను గుర్తించడానికి, తగిన విధంగా పని చేయడానికి ఇతర మార్గాలు ఉన్నాయి. మిమ్మల్ని మీరు ఒక ఆసక్తికరమైన శాస్త్రవేత్తగా భావించండి. మీ ప్రధాన లక్ష్యం 'అర్థం చేసుకోవడం' దానిని డాక్యుమెంట్ చేయడం. గమనించదగ్గది ఏదైనా జరిగినప్పుడు, మీరు కలత చెందినప్పుడు, గందరగోళానికి గురైనప్పుడు, వెంటనే మీ నోట్‌బుక్‌లో యిలా వ్రాయండి:

పరిస్థితి: ఏమి జరిగింది? అలా జరిగేందుకు కారణాలు ఏమిటి?

మీ ఆలోచనలు: ఈ విషయం గురించి మీరు ఏమి ఆలోచిస్తున్నారు?

మీ భావాలు: మీ భావోద్వేగాలు ఎలా వునాయి? ఇవి మీ శరీరంలో ఎలాంటి ప్రభావం చూపిస్తున్నాయి?

మీ ప్రవర్తనలు: ఈ ఆలోచనలకు, భావాలకు మీరు ఎలా ప్రతిస్పందించాలని అనుకుంటున్నారు? దాని ఫలితం ఏమిటి?

సాధ్యమయ్యే మేథో వైకల్యాలు: పునరావృత నమూనాలను గానీ, సుపరిచితమైన కథనాలుగానీ లేదా సాదాసీదాగా వున్న అహేతుకతను గుర్తించగలిగారా?

ప్రత్యామ్నాయ ఆలోచన: రెండు వరుసల కార్యాచరణలో మాదిరిగా, మీరు వేరొక దృక్కోణాన్ని గుర్తించగలరా? మీ ఆలోచనను నిర్దిష్ట చర్యగా మార్చగల మార్గాన్ని కూడా గుర్తించగలరా?

మీ ప్రత్యామ్నాయ ఆలోచన ప్రభావం ఏమిటి: ఏదో ఒకవిధంగా, మీ ప్రపంచంలోకి నవీకరించబడిన ఆలోచనను పొందుపరచడానికి ప్రయత్నించండి. ఇది భిన్నంగా ఎలా అనిపిస్తుంది? మీరు భిన్నమైన ఫలితాలను పొందుతున్నారా? విభిన్న చర్యలను ఎంచుకుంటున్నారా?

సంక్షిప్త ఉదాహరణగా

పరిస్థితి: మీరు క్రిస్మస్ సందర్భంగా పది పౌండ్లు సంపాదించారు.

మీ ఆలోచనలు: "ఇది ఒక సంపూర్ణమైన విపత్తు. పందిలా బలిసిపోయావు. బరువును ఎప్పటికీ కోల్పోవు"

మీ భావాలు: గాఢమైన అవమానం, స్వీయ-ద్వేషం, మీ అవయువాలన్నీ బరువైపోయిన అనుభూతి. ఎక్కడికైనా వెళ్లి దాక్కోవాలని అనిపిస్తుంది.

మీ తత్ఫలిత ప్రవర్తనలు: వదులుకోవాలని అనిపిస్తుంది. మంచి అనుభూతిని పొందేందుకు అతిగా తినాలనిపిస్తుంది!

సాధ్యమయ్యే అభిజ్ఞా పక్షపాతాలు మరియు వక్రీకరణలు: పాత నమూనాలను గమనించండి. అవి ఎందుకూ పనికిరాని దేహ బరువు, ఉదాసీనత గురించి, విపత్తు గురించి ఏమీ ఆలోచించడం లేదు. తీవ్రమైన కఠినత్వం, కనికరం లేకపోవడాన్ని గమనించండి. ఏ మాత్రం దృక్పథం లేదు.

ప్రత్యామ్నాయ ఆలోచన: "మీరు బరువు పెరిగారు, దానివల్ల ప్రపంచం అంతం కాదు. ఒక్కోసారి అలా జరుగుతుంది. మీరు అసౌకర్యంగా ఉన్నారని నాకు తెలుసు. కానీ కొంత ప్రయత్నంతో మీరు బరువు తగ్గుతారు". పరిష్కారం దిశగా బుడి బుడి

అడుగులు వేయండి. ఆరోగ్యకరమైన ఆహార సామాగ్రిని నిల్వ చేసుకోవడానికి దుకాణానికి వెళ్లండి.

మీరు ప్రత్యామ్నాయ ఆలోచనను ప్రయత్నించినప్పుడు ఏమి జరిగింది : భయాందోళనలకు స్వీయ ద్వేషానికి గురికావద్దు. ఇప్పటికీ బాధగా ఉంది, కానీ ఇప్పుడు నేను పరిస్థితిని మెరుగుపరచడానికి ఏదో ఒకటి చేయగలనని నాకు తెలుసు. నేను నిస్సహాయంగా లేకుండా స్వీయ-ద్వేషంతో లేనప్పుడు చర్యలు తీసుకోవడం సులభం.

మీరు విషయాలను రాసుకున్నప్పుడు, నమూనాలను గమనించండి. పదాలలో విషయాలను ఉంచడం వలన మీరు వాటిపై నియంత్రణను కలిగి ఉంటారు. మీరు మీ ఆలోచనలను పేజీలో ఉంచారు. నిజానికి అవి, పేజీలోని పదాలు-నమూనాలు అని గ్రహించండి. అవి ఎల్లప్పుడూ మీ తలలోఉండే పదాలు, నమూనాలు మాత్రమే! మీ నోట్‌బుక్‌లో విభిన్న పదాలను తిరిగి రాసుకున్నంత సులభంగా, మీరు మీ అంతర్గత ప్రకృతి దృశ్యాన్ని కూడా మార్చవచ్చు.

ప్రక్రియ 4: "అయితే ఏమిటి?" ఒక తమాషా ఆట

విపత్తు (పాత జ్ఞాపకాల వలయం) తరచుగా "అయితే ఏమిటి?" అనే భయంకరమైన ప్రశ్నను కలిగి ఉంటుంది. మనం ఆ ప్రశ్నతో కూర్చుని, సాధ్యమైనంత చెత్త ఫలితాన్ని ఊహించుకుంటాము. ఆపై దానిని జూమ్ చేసి, అది సాధ్యమే కాదు అన్నట్లుగా ప్రవర్తిస్తాము. ఈ రకమైన మేధో వైకల్యం గురించి ఆందోళనను వదలివేయడం అనేది మీ అంచనాలలోకి కొంత భావాన్ని, కారణాన్ని తిరిగి తీసుకురావడం. మీరు మీ దృక్కోణాన్ని "అయితే ఏమిటి?" అనే ప్రశ్నకు మార్చడం ద్వారా దీన్ని చేయవచ్చు.

ముందుగా, విపత్తు అనేది ప్రతికూల ఫలితాలపై మాత్రమే అశాస్త్రీయమైన దృష్టి పెట్టడం ద్వారా వర్గీకరించబడుతుంది - మంచి లేదా గొప్పది ఏదైనా జరిగే అవకాశం ఉన్నప్పుడు అది జరుగుతుంది. మనం ఈ సానుకూల అవకాశాలన్నింటినీ విస్మరిస్తాము. కనుక సహజంగానే, పరిస్థితి పేలవంగా కనిపించడం ప్రారంభిస్తుంది. మీకు మరింత సమతుల్యమైన వీక్షణ కలిగేందుకు, తెల్ల కాగితంపై రెండు నిలువు వరుసలను గీయండి.

ఒక వైపు మీరు "అయితే ఏమిటి?" (ప్రతికూల ఆలోచనలు) మరొక వైపు "అయితే ఏమిటి?" (సానుకూల ఆలోచనలు) అని రాసుకోండి. ఇప్పుడు, ప్రతికూల ఆలోచనలను సానుకూల ఆలోచనల కంటే సులభంగా ఊహించవచ్చు. ఈ అభ్యాసం యొక్క శక్తి మీకు రెండు విషయాలను గుర్తు చేస్తుంది. ఎ) ఏమి జరుగుతున్నదీ మీకు నిజంగా తెలియదు బి) మీరు ఆనందంగా ఆశ్చర్యపోతారు.

మీరు దీన్ని ఒత్తిడితో చేయనవసరం లేదు, కానీ ప్రతి వైపున సమాన సంఖ్యలో అవకాశాలను రాసేందుకు ప్రయత్నించండి. అలా మీరు రాసుకున్న జాబితాను పరిశీలించిన తర్వాత మిమ్మల్ని మీరు ప్రశ్నించుకోండి, సానుకూలం కంటే ప్రతికూలత ఎక్కువగా ఉందా? కొన్నిసార్లు, ఒకానొక పరిస్థితిలో ఉద్దేశపూర్వకంగా సానుకూల సంభావ్యతను పరిగణనలోకి తీసుకోవడం వల్ల విషయాలపై మరింత సమతుల్య దృక్పథాన్ని ఇస్తుంది, అదే సమయంలో ఆందోళనను తగ్గిస్తుంది.

మీరు ఈ అభ్యాసం చేయటం ద్వారా నిశితంగా పరిశీలిస్తే, ఎక్కువగా ప్రతికూల సంభావ్య ఫలితాలు ఉన్నాయని గ్రహించవచ్చు. మరి, ఇప్పుడు ఏమిటి?

సానుకూల ఆలోచన అంటే మనం పూర్తిగా ప్రతికూల ఫలితాలు, నిరాశలు, కష్టమైన భావాలు లేని ప్రపంచంలో జీవిస్తున్నామని కాదు. మనం ఇష్టపడని పరిస్థితిని ఎదుర్కోవడం ఖచ్చితంగా సాధ్యమే – ఇది జీవితం! అయితే, అత్యంత సాధికారత కలిగిన స్థానం ఏమిటంటే మనల్ని మనం ప్రశ్నించుకోవడం. "అత్యంత చెడు ఫలితం వచ్చినప్పటికీ.. అది నిజంగా అంత చెడ్డదా?" అనుకోవడం.

అందువల్ల మనం ప్రయత్నించాలి. తదుపరిసారి మీరు విపత్తుకు గురవుతున్నప్పుడు, ఆలోచనను పూర్తి చేయడానికి ప్రయత్నించండి.

> "నా దుష్ప్రవర్తన వల్ల నాపై దావా వచ్చింది. ఇది నా కెరీర్ ముగింపు. నేను భయపడ్డాను."
>
> "అయితే ఏమిటి? నాకు జరిగే కీడు ఏమిటి?"
>
> "నేను నా ఉద్యోగాన్ని శాశ్వతంగా కోల్పోతాను! ఇది నన్ను నిజంగా ఒత్తిడికి గురిచేస్తుంది. ఇది వినాశకరమైనది"

"సరే. నిజంగానే చాలా చెడు అనిపిస్తుంది. కానీ అది జరిగినప్పటికీ (జరగకుండా కూడా ఉండొచ్చు), మీరు మరో ఉద్యోగం ఎంచుకొని కొనసాగించవచ్చు, కాదా?"

ఇది భావాలను తీసివేయడానికి లేదా తగ్గించడానికి పలికే ఆహ్వానం కాదు. మీకు కలిగిన భయాలను ఎదుర్కొంటూ, అది ప్రపంచాన్ని పతనం చేయదని మీరు గ్రహించినపుడు, అది అంత కష్టంగా అనిపించదు. మనం ఆందోళనతో కొట్టుమిట్టాడుతున్నప్పుడు, ఫలితాలకు మనపై అజమాయిషీ అందిస్తాము; పూర్తిగా భరించలేని, నిర్వహించలేని సంభావ్య ఫలితం ఉందని మనం చెప్తున్నాము. అయితే ఇది నిజమేనా? నిర్వహించలేని ఫలితం నిజంగా ఉందా?

మీరు ప్రశ్నిస్తూనే ఉండండి. "అందులో అంత చెడు ఏముంది?"

"వాళ్లందరూ నా గురించి పోచుకోలు కబుర్లు చెప్పుకుంటారు"
"అందులో అంత చెడు ఏముంది?"
"నేను వాళ్లకు దూరంగా ఉంటాను. ఎందుకంటే వాళ్లు ఆహ్వానించరు"
"అందులో అంత చెడు ఏముంది?"
"నేను చెడ్డవాడిని అని వారు అనుకుంటారు!"
"అందులో అంత చెడు ఏముంది?"
"సరే, ఏమీ అనుకోలేదు. నన్ను ఇష్టపడని వాళ్లు కొందరుండటం వల్ల నేనేమీ.."

చెడు ఫలితం భరించరానిది కాదని మీరు గ్రహించినప్పుడు ఆందోళన తరచుగా మొగ్గలోనే ఉండిపోతుంది. ఊహల్లో వున్న చాలా సమస్యలు, భయాలు వాస్తవానికి మిమ్మల్ని బాధించలేవు. ఆ అసౌకర్యాన్ని నివారించడానికి మీరు మీ జీవితమంతా గడపవలసిన అవసరం లేదు!

"ఇది తీవ్రమైనదనే అనుకోవాలి. నేను నా రెండు చేతులు, కాళ్ళను కోల్పోతాను. జీవితంలో మళ్లీ నడవలేను."

"సరే. దాని వల్ల జరిగే నష్టం ఏమిటి? అది చాలా చెడ్డదే కావచ్చు, కానీ అప్పుడు కూడా మీరు మీ ప్రతిచర్యను ఎంచుకోగలుగుతారు. అప్పుడు కూడా

మీకు కొన్ని ఎంపికలు ఉంటాయి. కొన్ని సంతోషించే విషయాలు ఉండొచ్చు. అవసరమైతే, చెడు ఫలితం కూడా పరిష్కరించబడుతుంది."

వాస్తవం ఏమిటంటే, చెడు అనేది ఏమైనప్పటికీ చాలా అరుదుగా జరుగుతుంది. ఫలితం ఏమైనప్పటికీ, ఎల్లవేళలా శక్తి, ఎంపికలు ఉన్నాయని మీరు గ్రహించడం వలన, విపత్తు ఆలోచన యొక్క బాధ తొలగిపోతుంది. విపత్తును చవిచూసిన వ్యక్తులు చాలాసార్లు చెప్పేదేమిటంటే, వాళ్లు యీ విధమైన చెడు జీవితం నుండి కూడా వాళ్లు బయటపడ్డారు. దాని కంటే మరింత సాధికారత, విశ్వాసాన్ని పెంచే విషయం ఏముంటుంది?

ముఖ్యమైన విషయాలు

- ఒకసారి మనం మన అంగీకారంలో దృఢంగా ఉన్న తర్వాత, "మనల్ని మనం గమనించడం" గురించి తెలుసుకుంటే, మన మేథో వైకల్యాలు, అంచనాలు, అంతర్గత నమ్మకాలు, కథనాలు, ఊహలు, పక్షపాతాలను పునరాలోచించడం ప్రారంభించవచ్చు. మనం వాటిని సవాలు చేయము, కానీ మనం చైతన్యంలో ఎంచుకునే ప్రత్యామ్నాయాల కోసం అవకాశం కలుగజేస్తాము.
- మనం ఆలోచించే విధానం గురించి అవగాహనతో ఉండటం, గతంలో స్వయంచాలకంగా, అలవాటుగా, అచేతన స్థితిలో ఉన్న వాటిపై చేతనను కలిగించడం ద్వారా మేథో పునః నిర్మాణాన్ని అభ్యసించవచ్చు. మనం మన దృక్పథాన్ని మార్చుకోగలిగినప్పుడు, మన స్వీయ-భావనను సున్నితంగా మార్చుకోగలిగినప్పుడు, మనం భిన్నంగా ఆలోచించడం, అనుభూతి చెందడం, ప్రవర్తించడం మొదలుపెడతాము. ఈ మార్పు పైపైన కలిగేది కాదు, అది మనలో కలిగే "సానుకూల ఆలోచన."
- అవగాహన తర్వాత, మనం మన ఆలోచనలను సర్దుబాటు చేసుకోవచ్చు, వాటితో విభేదించవచ్చు, అంగీకరించవచ్చు లేదంటే చైతన్యం కలిగిన ప్రత్యామ్నాయాలను ఎంచుకోవచ్చు. మన జీవితంలో ఈ ప్రత్యామ్నాయాలను ప్రయోగించవచ్చు. మనల్ని మనం నిర్ధారించుకోవడం, ఏదైనా సరిదిద్దుకోవడం

లేదా "నిజం" కనుగొనడం వంటి అవసరం లేదు. అందుకు బదులుగా గాఢమైన మన విలువల ప్రకారం మన లక్ష్యాలను సాధించడంలో అవి ఎంత ఉపయోగకరంగా ఉన్నాయో, దాని ప్రకారం మన ఆలోచనలను అంచనా వేయండి.

- రెండు వరుసల అభ్యాసం, మనలో నెమ్మదిని పెంచి, మనలో కలిగే ప్రతికూల ఆలోచనలను, వాటిని చైతన్యంగా పునర్నిర్మించడం వంటి వాటికి మనకు సహాయపడుతుంది. దీనికి ఓపిక, ధైర్యం, కరుణ, ఉత్సుకత అవసరం. అర్థం పర్థం లేని ఆలోచనలను గమనించడం, విపత్తులను గుర్తించడం, మనస్సును చదవడం, భవిష్యత్తును అంచనా వేయడానికి ప్రయత్నించడం, సాధారణీకరణలు చేయడం లేదా తీవ్ర ప్రతికూల అంచనాల కోసం ప్రతీక్షించండి. ఈ ఆలోచనలను పునరావృతం చేసి చూడండి. వాటిని ఉపయోగకరమైన చర్యగా ఎలా మార్చవచ్చో కూడా పరిగణించండి.
- మేథో పునః నిర్మాణం కోసం లెక్కలేనన్ని పద్ధతులు ఉన్నాయి. అవన్నీ అవగాహనతో ప్రారంభమవుతాయి. అలాగే ప్రత్యామ్నాయాలను నిజంగా అలరించాలనే మన సుముఖతతో ముగుస్తాయి. మనం సోక్రటీసు ప్రశ్నలను (ఊహలకు, నమ్మకాల కోసం సాక్ష్యాలను అడుగుతూనే ఉండండి. "ఎందుకు" అనే ప్రశ్న ముఖ్యం), దృశ్యీకరణ (భూతకాలపు, భవిష్యత్ ప్రత్యామ్నాయాలను రిహార్సల్ చేయడానికి లేదా రూపొందించడానికి), నోట్ పుస్తకంలో రాయడం (ఆలోచనలను తగ్గించడానికి, ప్రత్యామ్నాయాలను వాడేందుకు) ప్రారంభించండి. "అయితే ఏమిటి?" (విపత్తులో దాని తార్కిక ముగింపుకు అనుసరించండి. అసౌకర్యం, వైఫల్యం లేదా అనిశ్చితి నిజంగా చెడు చేస్తుందా? అని చూడండి).
- మేథో పునః నిర్మాణం అనేది తక్కువ ఆందోళనతో, క్రియాశీలకమైన దృక్పథాన్ని, మనస్తత్వాన్ని పెంపొందించడంలో మనకు సహాయపడుతుంది.

అధ్యాయము 4

మన దగ్గర ఉన్నది "వర్తమానం"

మీరెప్పుడైనా కొంతమంది వ్యక్తులను గమనించారా? వాళ్లు యీ ప్రపంచానికి బాధ్యత తీసుకున్నట్లుగా, ఒక CEO మాదిరిగా, ప్రతి చిన్న విషయాన్ని తామే నిర్వహించాలనీ, క్రమబద్ధీకరించాలనీ, నిరంతరం భయాందోళనలో జీవితం చుట్టూ పరుగులు తీస్తూ ఉంటారు. వాళ్లను మీరు ఎప్పుడైనా గమనించారా? వాళ్లే గనుక లేకపోతే యీ ప్రపంచం ఏమైపోతుందోనన్న కలవరపాటుతో ఉంటారు. ఆ లక్షణాలు మీలో ఉన్నాయా?

భయం, ఆందోళన, అతిగా ఆలోచించడం, జ్ఞాపకాలలో కూరుకుపోవడం అనేవి ఖచ్చితంగా మేధో వైకల్యం నిండిన మనస్సుకు సంకేతం. ఇది ప్రతికూలతను పుట్టించే దృక్పథం. ఆందోళన అనేది నూటికి నూరుపాళ్లు సంకుచితమైన దృష్టి, అవగాహన లేకపోవడం. కానీ ఈ అధ్యాయంలో, ఆందోళన, దీని కంటే మరింత లోతుగా వెళ్తుందని, జీవితంలో మరింత ప్రాథమిక ధోరణి సమకూర్చగలదని మనం తెలుసుకుంటాము. అంటే, మన ప్రపంచంపై మనకు ప్రాథమికంగా నమ్మకం లేదు.

నమ్మకం, అంగీకారం, సహనం, దయ, లొంగుబాటు అని మీరు పిలిచినా, వాస్తవానికి మీ నియంత్రణ లేదా అవగాహనకు వెలుపల ఉన్న విషయాల పట్ల గౌరవం కలిగి ఉంటుంది. మీరు అవగాహనపై మరింత సాధన చేసి, మేధో వైకల్యాలపై పట్టు సాధించడం సాధనగా చేసుకున్నానని చెప్పండి. మీరు వర్తమానంలో పూర్తిగా సుఖంగా ఉన్నారని, పూర్తి

అప్రమత్తంగా, స్పృహతో ఉన్నారని, సంపూర్ణమైన మనస్సుతో ఉన్నారని చెప్పండి. ఆపై ఎవడో మూర్ఖుడు వచ్చి మిమ్మల్ని అవమానిస్తాడు.

వాస్తవం ఏమిటంటే, మనం ఇష్టపడకపోయినా లేదా అంగీకరించకపోయినా మనం మార్చలేని పరిస్థితులతో జీవిత ప్రయాణం ఉంటుంది. నష్టం తప్పదు. మనకు కావలసిన విధంగా ఎప్పుడూ జరగదు. కొన్నిసార్లు, విషయాలు అన్యాయంగా ఉంటాయి. దానికి వ్యతిరేకంగా మీరు ఎంత వాదించినా న్యాయం జరగదు. జీవితం గందరగోళంగా, కష్టంగా ఉంటుంది. మీరు ఎంతగా వెతికి చూసినా సమాధానాలు కనిపించవు. మరైతే, తరువాత ఏమిటి?

ప్రశాంతమైన, నిర్వికారమైన జీవితాన్ని పొందాలంటే, జీవితంలో ఎక్కువ భాగం అంగీకరించడం నేర్చుకోవడం. మనం కోరుకున్న వాస్తవికతకు వ్యతిరేకంగా పోరాడినప్పుడు, దానిపట్ల కోపంగా ఉన్నప్పుడు, మనం "ప్రపంచ CEO"గా మారిపోయినప్పుడు, ప్రతిదీ మన బాధ్యత అని భావించినప్పుడు, మనం ఆందోళన చెందుతాము. ప్రపంచంలోని కొన్ని విషయాలు ఆమోదయోగ్యం కాదని మీరు భావించినప్పుడు, భయం, ప్రతిఘటన వంటి భావోద్వేగంలో మీరు ఉండిపోతారు. మనం అంగీకరించినప్పుడే మనకు శాంతి లేదా స్వేచ్ఛ లభిస్తుంది.

ఈ విధంగా ఆలోచించి చూడండి: ఏమి జరగవలసి ఉందో అది ఇప్పటికే జరిగిపోతూ ఉంది. విషయాలు ఎలా ఉండాలో అలా ఉన్నాయి. మీరు ఇప్పటికే నియంత్రణలో లేరు. మీరు ఈ వాస్తవాన్ని గూర్చి తర్జనభర్జనలు చేసి, ఒత్తిడి చేస్తే, మీరు అన్నింటిపై నియంత్రణలో ఉన్నారనే భ్రమను మీరు సృష్టించవచ్చు. కానీ జరుగుతున్నది జరుగుతూనే ఉంటుంది, మీరు మాత్రమే బాధగానూ, ఆత్రుతగానూ ఉంటారు. కాబట్టి, మీరు ఈ విధంగా బాధతో ఉండడాన్ని ఎంచుకుంటున్నారు. ఆ విధంగా మీ స్వంత అసంతృప్తిని సృష్టించుకుంటున్నారు.

ఇప్పుడు, ఇదంతా జెన్ సన్యాసిలా అనిపించవచ్చు – మీకు జీవితంపై కొంత నియంత్రణ ఉందా? ఉంటే గనుక మరి నియంత్రణ లేనిదెక్కడ? వేరే ఎంపిక లేదు కాబట్టి ఎందుకు అంగీకరించకూడదు, ఎందుకు స్వీకరించకూడదు, ఎందుకు దానితో ప్రవహించకూడదు, ఎందుకు లొంగిపోకూడదు? కేవలం అహం మాత్రమే లోపలికి వచ్చి,

"లేదు! విషయాలు అలా ఉండకూడదు!" అన్నట్టుగా ఉంది. వాస్తవికతకు నిబంధనలను నిర్దేశించడానికి ప్రయత్నించండి. ప్రపంచమంతా నీ శత్రువులా ప్రవర్తించడం వల్ల నీకు చిటికెడు సంతోషం ఎక్కువ కలుగుతుందా? మీరు ప్రశాంతంగా వాదించడం, సమర్థించడం, ఫిర్యాదు చేయడం, వివరించడం, నియంత్రించడం, పరిష్కరించడం, అంచనా వేయడం వంటి అవసరాన్ని వదిలివేయవచ్చు. అప్పుడు అదే సమయంలో మీరు అహాన్ని వదులుకుంటారు. ఎవరికి తెలుసు, బహుశా మీరు ఊహించని కొత్తదాన్ని, సంతోషకరమైనదాన్ని కూడా కనుగొంటారేమో!

కాస్త గాఢమైన స్థాయిలో చూస్తే, మనుష్యులుగా మనకు అర్థం కాని విషయాలను, మనం నియంత్రించలేని విషయాలను బెదిరింపులుగా అనుకుంటాము. మన శక్తిని తీసివేసినట్లుగా, మనల్ని బాధపెట్టినట్లుగా, శక్తిమంతులమని మనకున్న దృష్టిని అవమానించే విషయాలుగా వాటిని చూస్తాము. కానీ అన్నిటిలో మేలైనది ఏమిటో మీకు బాగా తెలుసు. ఏ క్షణంలోనైనా మీరు కోరుకునే విషయం నిజంగా సహేతుకమైనది, సమర్థించదగినది, తెలివైనది అనేది నిజంగా నిజమేనా? ఇప్పుడు ఉన్నట్లుగా, మీరు భాగమైన అన్ని విషయాలను అర్థం చేసుకోవడం, ఏది జరగాలి, ఏది జరగకూడదు అని దృఢంగా చెప్పడం మీకు సాధ్యమేనా?

వినయం అనేది అత్యంత సౌకర్యవంతమైన వైఖరి. ప్రతిఘటించడం మన ధ్యేయం కానప్పుడు, ప్రతిఘటించడం మానివేసినప్పుడు మనకు కలిగే మనో వినోదం ఇది. దానంతట దానిని వదిలేస్తే, మీ మనస్సు అందమైన కథలతో మాయాజాలం చేస్తుంది. మనం ఆందోళనతో ఉన్నప్పుడు, జరగవలసిన అంశమన్నది సమస్యలా ఉంటుంది!

లొంగిపోవడం సులభం

అంగీకారం కష్టం కాదు. ఇది శిక్షించే విషయం కాదు. అసాధ్యమైన మానవాతీత క్రియ కాదు. నిజానికి, మీరు చేయకూడదని ఎంచుకున్నది చాలా కష్టం. మీరు సినిమా థియేటర్‌లో ఉన్నారు. ఒక మొరటు పిల్లవాడు అరవడం ప్రారంభించాడు. మీకు తెలియకుండానే చిరాకు పడతారు. ఆ స్థితిలో మీరు వాస్తవికతతో పోరాడుతున్నారు. మీ ప్రతిఘటన ఎక్కడ నుండి

వస్తుంది? ఇది సహజ వాస్తవం కాదు. ఇది మొరటుగా ఉన్న పిల్లవాడి నుండి కాదు, మీ మనస్సు నుండి వచ్చింది. మీ మనస్సు ఎందుకు అలా చేస్తుంది?

ప్రతిఘటన అనేది ఒక రకమైన సమస్య పరిష్కారమని, లేదా మనం అసంతృప్తిగా ఉంటే, ఇది ఒక విధంగా లేదా మరొక విధంగా సమస్యను పరిష్కరిస్తుందనే నమ్మకం గాఢంగా ఉంది. మనం పోరాడినట్లయితే, మనం శాంతిని పొందుతాము లేదంటే విషయాలు మన మార్గంలో సాగుతాయి. ఈ ఊహ తప్పు. మనలో వున్న అసంతృప్తిని గెలిచేందుకు, మనసులో మరింత అసంతృప్తిని పొందడం నిజంగా అర్థవంతమైనదేనా? కానే కాదు.

మీరు భుజాలు తడుముకుని, "సరే, అంతా ఎలా ఉండాలో అలానే ఉంది" అని అనడం కాదు. "ఉండాలో" కాదు. అక్కడ "ఉంది."

ప్రతిదీ సరిగ్గానే ఉందని మీరు నిజంగా విశ్వసిస్తే, అది అలా ఉండాలా వద్దా అని మీరు నిర్ణయించుకోవాల్సిన అవసరం లేకపోతే, మీ అంతర్గత ప్రపంచం ఎలా ఉంటుంది? వాస్తవికత ఎలా ఉండాలో నిర్ణయించుకోవడం మీరు 'చేయవలసిన పని' అని మీరు భావించడం మానుకుంటే? మనలో చాలామందికి, మనం నశించిపోతామనీ, ప్రతిదీ విధ్వంసం అయిపోతుందనీ భయం. ఇవన్నీ వదిలిపెట్టి కేవలం జీవించు. కాలం కదులుతూ విషయాలు జరుగుతాయి, వాటితోపాటు మనమూ ప్రవహిస్తాము. ఎలాంటి ప్రతిఘటన లేకుండా.

"నన్ను దోమలు సజీవంగా తింటుంటే, నేను అక్కడే కూర్చుని వాటి పని చేయనివ్వాలా?"

మీరు చేయగలరు. మీరు అక్కడినుండి లేచి వాటి నుండి దూరంగా వెళ్లి కూర్చోవచ్చు. దోమల రిపెల్లెంట్‌ని తెచ్చి పెట్టొచ్చు. ఏ పరిష్కారానికైనా మీరు గుండెలు బాదుకుంటూ, "ఇది సరైనది కాదు! దోమలెప్పుడూ నన్ను కుట్టకూడదు!" అని అరవాల్సిన అవసరం లేదని తెలుసుకోండి. మీకు ఇప్పటికే దోమలు కుట్టినట్లయితే, అవి కుట్టకూడదని అరిచి వాదించడం మరింత పనికిరాని విషయం.

బాధ, అసౌకర్యాన్ని అనుభవిస్తాము. వాటిని మనలోంచి తీసివేయటానికి మనం ప్రయత్నించవచ్చు. పెద్దలు చెప్పినట్లు, 'ప్రతిఘటించేది కొనసాగుతుంది'. మిమ్మల్ని అవమానించిన అపరిచితుడిని

ఒకసారి ఊహించుకోండి. ఆ అసౌకర్యం లిప్తకాలం ఉండి, దాటిపోతుంది. కానీ మీరు ఈ సంఘటనకు పూర్తి ప్రతిఘటనతో ఉంటే, మీరు చాలా రోజుల వరకూ అపరిచితుడు, అతను చేసిన అవమానం గురించి పొగలు కక్కుతూనే ఉంటారు. కాబట్టి, ప్రతిఘటన వాస్తవానికి మనం కోరుకోని వాటిని ఎక్కువగా సృష్టిస్తుంది, అయితే అంగీకారం ఉన్నదానికి చోటు కల్పిస్తుంది. అది ప్రవహిస్తుంది కాబట్టి దానితో వెళ్దాం.

బాధ, ప్రతిఘటన ఎటువంటి ప్రయోజనాన్ని అందించవు.

అంగీకారం అనేది వాస్తవానికి ఎలా ఉంటుంది?

మన దగ్గర ఉన్నది "వర్తమానం" అంటే యీ క్షణం. దానిని మనం అంగీకరించాలి అంతే. ఈ క్షణం అంటే ఏమిటి, ఇప్పుడు. రేపు ఏమి జరుగుతుందో తెలీదు, లేదా ఇంతకుముందే జరిగిపోవచ్చు లేదా మీ మెదడు మీ కోసం రూపొందిస్తున్న ఊహాజనిత కథనాలను మీరు అంగీకరించాల్సిన అవసరం లేదు. ఈ క్షణంలో మీరు ఉన్నారు, దాని నుండి పారిపోవడానికి తీవ్రంగా ప్రయత్నించడం లేదు. మీరు చెడ్డ పరిస్థితిలో ఉన్నారని అనుకుందాం. మీరు అసౌకర్యంగా ఉన్నారు, మీరు బాధలో ఉన్నారు, మీరు భయపడుతున్నారు. సరే. ఇప్పుడు, మీరు ఈ భావాలకు వ్యతిరేకంగా ప్రతిఘటించినట్లయితే, మీరు రెండు రెట్లు ఎక్కువ భారాన్ని మోస్తారు - ప్రారంభంలో మీకు కలిగిన అసౌకర్యం, దానికి తోడుగా అసౌకర్యం కలిగి ఉండటానికి ప్రతిఘటించడం వల్ల కలిగే అసౌకర్యం.

బాధ సమస్యలను పరిష్కరిస్తుందనీ, మన కోసం ఏదైనా మారుస్తుందనేది 'భ్రమ' అని గుర్తుంచుకోండి. మనం ఉన్న పరిస్థితిని స్పష్టంగా అంగీకరించడం అనేది సృజనాత్మక, సహేతుకమైన పరిష్కారాలతో ముందుకు సాగడానికి ఖచ్చితంగా అనుమతిస్తుంది. మనం ఎల్లప్పుడూ సంతోషంగా ఉండాలని, అందువల్ల మనకు కలిగిన కష్టాలను మనం అత్యవసరంగా పరిష్కరించుకోవాలనేది మనకు మనం చెప్పుకునే కథ మాత్రమే. మీరు దీన్ని తెలుసుకున్నప్పుడు, జీవితంలో మనకు కలిగే అలసట, నొప్పి, బాధ, ఏదైనా కానీ, అంత చెడ్డవి కాదని మీరు అర్థం చేసుకుంటారు. ఈ ప్రతిఘటన చాలా ఇబ్బంది కలిగిస్తుంది! మీరు మీ మనస్సును వివరణలోకి

తీసుకురావాల్సిన అవసరం లేకుండా, మీ ప్రస్తుత క్షణాన్ని చూసి, దానికి అవును అని చెప్పగలరా?

ఇలా చేయడం అనేది మునుపటి అధ్యాయంలో చర్చించినట్లుగా "స్పేస్" సృష్టించినట్లే. ప్రస్తుత క్షణాన్ని మన అహంతో కోరికలకు అనుగుణంగా ఒత్తిడి చేయడానికి బదులుగా, మనం ఏమి జరుగుతుందో తెలుసుకోవాలనే ఆసక్తిని కలిగి ఉంటాము. అంగీకారాన్ని అభ్యసించడం అంటే మనం కదలకుండా ఉన్నామని లేదా చర్య తీసుకోవడంలో విఫలమవుతామని కాదు. మనం క్రియాత్మకంగా ఉంటాము! కానీ మనం ఆత్రుతతో కూడిన నిరాశ భావన నుండి పని చేయము. అలాగే, మనం వదులుకోవడానికి, ప్రతిఘటించడానికి, తిరస్కరించడానికి చర్యలు తీసుకోము. మనం ఏదైనా చేయాలనే ఆత్రుతతో ఉన్నప్పుడు, వాస్తవానికి మనం విషయాలను మరింత స్పష్టంగా చూడటం ప్రారంభిస్తాము. అయితే, మనం పరిస్థితిని మార్చగలమా? చేయగలిగితే, చేస్తాము. లేకపోతే, అంగీకరిస్తాము. ఏదీ తప్పు కాదు, ఏదీ దోషం కాదు.

మనం దైనందిన జీవితంలో వీటన్నింటిని ఎలా ఖచ్చితంగా ఆచరించాలి? ఇప్పుడే ఈ క్షణంలో దీనిని చేయడానికి మీకు అవకాశం ఉంది. ఒక్క క్షణం నిలిచి, ఈ క్షణాన్ని పరిశీలించండి. మీరు దానిని 'ఉన్నది ఉన్నట్టుగా' అంగీకరించగలరో లేదో చూడండి. అక్కడ ఉన్నవాటినన్నీ గమనించండి. భుజం నొప్పిగా ఉండొచ్చు, మూడ్ బాగాలేక పోవచ్చు, రేపు వచ్చే దాని కోసం యివ్వాళ ఎదురు చూడవలసి రావచ్చు, 4 గంటలకు మీరు చేయాల్సిన పని గుర్తుపెట్టుకోవలసి రావచ్చు, పక్క యింట్లో మొరుగుతున్న కుక్కలపై మీ చిరాకు కావచ్చు.

ఇప్పుడు, ఒక్క క్షణంపాటు మీ కథలు చెప్పే మెదడును వీటన్నింటినుండి విడిగా పెట్టండి. కానీ మీరు స్పృహగానే ఉండాలి. మీరు నియంత్రించడం, అర్థం చేసుకోవడం, తీర్పు చెప్పాల్సిన అవసరాన్ని వదులుకుంటున్నారనే భావనను వెలిబుచ్చేందుకు, మీరు బిగ్గరగా ఏదైనా చెప్పవచ్చు, "నాకేమీ అభ్యంతరం లేదు" అనిగానీ, "సరే సరే" అనిగానీ చెప్పండి. అనుచిత ఆలోచనలు పేలిపోతే, "సరే" అని చెప్పండి. మీ ప్రతిఘటన కూడా యీ 'క్షణం'లో భాగమే. అది కూడా అంగీకరించండి. ఉన్నది ఉన్నట్టుగా అంగీకరించడంలో పరిపూర్ణమైన క్షణం అనుభూతి చెందండి.

మీకు అనుకూలంగా వున్న ఏ సమయంలోనైనా మీరు దీన్ని అభ్యాసం చేయవచ్చు. ఆందోళన నియంత్రణలో లేనప్పుడు, మానసిక స్థితి ఘోరంగా దిగజారినట్లు అనిపించినప్పుడు, ఈ అభ్యాసాన్ని ప్రయత్నించండి. ప్రస్తుతానికి మీరు చేయవలసిన ఏకైక పని, ప్రతి దానినీ 'ఉన్నది ఉన్నట్లుగా' ఉండడానికి అనుమతించడం మాత్రమే అని మీకు గుర్తు పెట్టుకోండి! ఇది చాలా సులభం, అవునా?

- మీకు ఏదైనా తెలియనప్పుడు, "నాకు తెలియదు" అని స్పష్టంగా, సరళంగా చెప్పండి. తెలియక పోవడం లేదా నియంత్రించలేకపోవడం అనేది తప్పేమీ కాదు.
- పరిపూర్ణత కోసం కోరికను గమనించండి, దానిని సున్నితంగా వదిలేయండి. మెరుగుదల అవసరం లేకుండా ప్రస్తుత క్షణం గురించి మూడు అద్భుతమైన విషయాలను కనుగొనడానికి ప్రయత్నించండి.
- ఒత్తిడితో కూడిన తీర్మానాలు చేయాలనుకునే ధోరణి లేదా అనిశ్చితులను పరిష్కరించడానికి తొందరపడడం గురించి జాగ్రత్త వహించండి. "రేపు ఏమి జరుగుతుందో ఎవరికి మాత్రం తెలుస్తుంది?" అని మిమ్మల్ని మీరు ప్రశ్నించుకోండి.
- మీకున్న ఆత్రుత నియంత్రణను వదులుకోవడం చిన్న చిన్న మార్గాల ద్వారా సాధన చేయవచ్చు. ఇతరులను సహాయం కోసం అడగండి. వారు చేస్తున్నదేమిటో వారికి తెలుసని విశ్వసించండి. కొన్ని పనులను ఇతరులకు అప్పగించండి. మీ పట్ల వాళ్ళు జాగరూకులై వుండేందుకు అనుమతించండి. ఎవరినైనా అభిప్రాయాన్ని అడగండి. వాళ్లు సరైన అభిప్రాయంతోనే ఉన్నారని వాళ్లను నిజాయితీగా ఉత్సాహపరచండి.
- ఓపికతో ఉండండి. మీరు పరుగు తీస్తున్నట్లుగా గమనించినట్లయితే, కొద్దిక్షణాలు నిలిచి, గట్టిగా ఊపిరి పీల్చుకోండి. వాస్తవ పరిస్థితిలో ఆ తొందర అత్యవసరమా, లేక మీ అహాన్ని సంతృప్తి పరిచేందుకు చేస్తున్నారా అని పరిశీలించండి. ఏదైనాగానీ, అసలు పనులు పూర్తయ్యేందుకు కాలం మనకు ఎక్కడ నుండి వస్తుంది?

- మీ జీవితంలో సాధ్యమైనంత మృదువుగా ఉండండి. మీకు కావలసిన విధంగా పరిస్థితులు లేవని కోపం తెచ్చుకోవడానికి బదులుగా, పరిస్థితిని సమీక్షించండి. దానిని విశ్లేషించండి. విభిన్న కోణాల నుండి అర్థం చేసుకోండి. సమానంగా పని చేయగల ప్రత్యామ్నాయం కోసం ప్రయత్నించండి. మీరు ప్రయత్నించని పరిష్కారం యింకా ఏమైనా ఉందేమో? మీరు వేరే పనుల్లో బిజీగా ఉన్నట్లుగా అనుకుంటూ, అసలైన పరిష్కారం పొందలేకపోవడం గురించి దుఃఖపడుతూ ఉండిపోతే, మీరు సరైన అవకాశాన్ని కోల్పోయే ప్రమాదం ఉండొచ్చు!
- మీరు తప్పు చేస్తే, "నేను తప్పు చేసాను" అని అంగీకరించండి, ఆపై దానిని వదిలివేయండి. మీరు ఖచ్చితంగా ఆ తప్పునుండి నేర్చుకోవచ్చు. కానీ మిమ్మల్ని మీరు క్షమించుకోవడం అంటే ఆ తప్పు యొక్క బరువును ఎప్పటికీ మీరు మోయకూడదని ఎంచుకోవడం.
- మీరు నవ్వుకోండి. అది కూడా మిమ్మల్ని చూసి మీరే నవ్వుకోవాలి. మీరు గర్వంతోనూ, అహంతోనూ ఉన్నప్పుడు, అవమానించడం, చిన్నబుచ్చడం సులభం. దాన్ని వదిలిపెట్టండి. అప్పుడప్పుడు మిమ్మల్ని మీరు ఇబ్బంది పెట్టుకుంటే అదేమైనా ప్రపంచానికి అంతమా? నిజానికి, మీరిది ఆలోచించినప్పుడు చాలా హాస్యాస్పదంగా ఉంటుంది, అవునా?
- దుఃఖపడటం అనేది వాస్తవానికి ఎలాంటి సమస్యలను పరిష్కరించదని గుర్తుంచుకోండి. ఇది ఖచ్చితంగా మిమ్మల్ని మంచి వ్యక్తిగా చేయదు. మీరు కోరుకున్నది మీకు అందదు. కాబట్టి, మిమ్మల్ని మీరు సరిదిద్దుకోకుండా ఇతరులను నిందిస్తున్నప్పుడు, మీ తప్పు సరిచేసుకోకుండా ఫిర్యాదు చేస్తున్నప్పుడు, ఇతరులు వచ్చి మిమ్మల్ని రక్షించాలనే భ్రమలో ఉండకండి. మీకంతగా నచ్చనప్పుడు, ఆ అనుభూతిని బాగా పరిశీలించి, "అసలు ఇది ఏమి సాధిస్తుంది?" అని ప్రశ్నించండి. మీరు వినోదభరితమైన దుఃఖాన్ని అనుభవించాలనుకుంటున్నారా?

- భగవంతుడనే భావనకు లొంగిపోవడం అనేది ప్రశాంతతకు దారి తీస్తుందని చాలామంది అనుకుంటారు. జీవితంలోని ఆందోళనను ఎదుర్కోవడానికి ఆధ్యాత్మిక ధోరణిని అలవర్చుకుంటారు. మీరు ఎప్పుడైనా గ్రహించగలిగితే, అనంతమైన సంక్లిష్టమైన దానిలో మీరు భాగమని తెలుసుకోవడం చాలా హాయైన అనుభూతిని కలిగిస్తుంది. మీ కోసం ఏది కనిపించినా, నియంత్రణను వదులుకోవడానికి, ఏదైనా అధిక శక్తి, ఒత్తిడిలాంటిది ఏమైనా ఉందేమో కనుగొనేందుకు ప్రతిరోజూ కొంత సమయం కేటాయించండి. పోనీ, తాత్కాలికంగానైనా.
- మన గురించి, యితరుల గురించీ, తీర్పులు చెప్పడం విరమించండి. ఇది మన స్వంత ఊహలను అడ్డుపెట్టుకుని, వాస్తవికతను నియంత్రించడానికి ప్రయత్నించే అత్యంత సాధారణ మార్గం. ఏది మంచిదో, ఏది మంచిది కాదో నిర్ణయించడం మీ బాధ్యత కాదని తెలుసుకోండి. ఇది మీ పని కాదు. మీతో ఎలాంటి సంబంధం లేకుండానే ప్రపంచం ఆ పనులు చేస్తుందని విశ్వసించండి. ఇతరుల లోపాలను చూసినప్పుడు మీకు కోపం, అసహనం కలిగితే మరుక్షణమే, మీ స్వంత లోపాలను సరిచేసుకోండి. అప్పుడు మాత్రమే ఇతరులతో పాటు మీరు కూడా క్షమకు, కరుణకు, అవగాహనకు అర్హులని అర్థం చేసుకోండి.
- కృతజ్ఞతతో ఉండాలని గుర్తుంచుకోండి. కృతజ్ఞతా దృక్పథంతో, మీ జీవితం మీకు ఉచితంగా ఇవ్వబడిందని, మీరు కనీసం అర్థం చేసుకోలేని, లెక్కలేనన్ని అద్భుతాల ద్వారా నిరంతరం కొనసాగుతుందని మీరు గుర్తుంచుకోవాలి. అన్నీ సమృద్ధిగా ఇవ్వబడ్డాయి. జీవితంలో అద్భుతంగా ఉండే అన్ని మార్గాలవైపు మీ దృష్టిని మళ్లించండి. మీరు తృప్తిగా ఉండండి. ప్రశంసలను పొందండి. ఎల్లప్పుడూ చిర్రుబుర్రులాడుతూ అందరిలోనూ తప్పులు వెతకడం కంటే, జీవితంలో మీరు పొందేదానిని యీ క్షణంలో పొందండి. మన దగ్గర ఉన్నది 'వర్తమానం' మాత్రమే – కానీ అది చాలా ఎక్కువ!

- చివరగా, తరచూ విశ్రాంతి తీసుకోండి. జీవితం కష్టంగానే ఉంటుంది, కానీ మనం ఎప్పుడూ తెల్లమొహం వేసుకుని, దుఃఖంతో మెలి తిరిగిపోతూ ఉండనక్కరలేదు. సమస్యలకు చురుకైన పరిష్కారాలు ఆలోచించడానికి, విశ్రాంతి తీసుకోవడానికి, మృదువుగా ఉండటానికి, సులభంగా స్వీకరించడానికి మీరు జీవితంలో తగినంత సమయాన్ని వెచ్చించవలసి ఉంటుందని నిర్ధారించుకోండి.

'ఇక్కడ', 'ఇప్పుడు' లో నివశించడం తెలుసుకోండి

నేను మీకు రెండు "స్థలాలు" పరిచయం చేయాలనుకుంటున్నాను:

మొదటి ప్రదేశాన్ని "మరోచోటు" అని పిలుస్తారు. ఇక్కడ విశాలమైన యిళ్లతో కూడిన ప్రాంతాలు, ప్రధానంగా గతం, భవిష్యత్తులో ఉంటాయి. నిరంతరం మథనపడుతున్న "కోతి మనస్సు" తో మీరు సందర్శించే ప్రదేశం ఇది. ఇది పదాలతో రూపొందించబడింది – జ్ఞాపకాలు, కలలు, భయాలు, ఊహాజనితాలు, నమ్మకాలు, ఆలోచనలు, షరతులు, అంచనాలు, కథనాలు, వివరణలు, తీర్పులు, వ్యక్తిగత పురాణాలు, చిహ్నాలు, ఆందోళనలు, ఆశలు మొదలైనవి. దీని గురించి అత్యంత ముఖ్యమైన విషయం ఏమిటంటే ఇది ఉనికిలో లేదు. నిజంగానే ఉనికిలో లేదు. ఇంకా అసలు నిజం చెప్పాలంటే, 'ఈ స్థలం చనిపోయినది'.

రెండవ స్థానాన్ని 'ఇక్కడ' 'ఇప్పుడు' అని పిలుస్తారు. ఇది ప్రస్తుత క్షణంలో శాశ్వతంగా ఆధారపడిన ఒక చిన్న (మోసపూరితంగా విశాలమైన) గది ఉంది. మీరు మీ శరీరం, మీ శరీరంలోని పంచేంద్రియాలు, అన్నింటికంటే మీ ప్రశాంతత, ఏకాగ్రతతో కూడిన అవగాహనను ఉపయోగించి ఈ స్థలాన్ని సందర్శిస్తారు. ఈ రెండవ స్థానానికి సంబంధించిన అతి ముఖ్యమైన విషయం ఏమిటంటే, ఇది ఎల్లప్పుడూ మారుతూ, ప్రవహిస్తూ, విప్పారుతూ, మార్పులు చెందుతూ ఉంటుంది. ఇది ఎప్పుడూ కొత్తదిగా ఉంటుంది. ఇంకా ఇది ఎప్పుడూ ఇక్కడ ఉంటుంది. ఆనందం, అర్థం, ప్రయోజనం, బంధాలు అన్నీ ఈ రెండవ స్థానంలోనే జరుగుతాయి. ఇంకా అసలు నిజం చెప్పాలంటే, ఈ స్థలం 'సజీవంగా' ఉంది. ఇది జీవితం.

మీరు 'మరో చోటు'లో నివసిస్తున్నప్పుడు, ఆందోళన, ప్రతిఘటన, ఘర్షణ అనేవి మీ ఉనికి. మెదడు ఒక శక్తివంతమైన అవయవం. అది తనకు నచ్చిన దేనినైనా ఊహించగలదు. ఇది సాధారణంగా మనం చిక్కుకు పోయేవి, దారితప్పే సంక్లిష్టమైన దర్శనాలను సూచిస్తుంది. ఇది స్వీయ-భావనను సూచిస్తుంది. ఏది చెప్పాలో, ఏది చెప్పకూడదనిదో, దానినిబట్టి కథలను చెబుతుంది. ఇది సంఘటనలకు అర్థాలను ఇస్తుంది. ఇది భవిష్యత్తులో భయపడాల్సిన విషయాల గురించి కథనాలను అందిస్తుంది. ఇది ఇప్పటికే జరిగిన దాని గురించి కథలను చెబుతుంది. మనం మరచిపోకుండా వాటిని చెబుతూనే ఉంటుంది.

ప్రజలు ఆందోళనలో ఉన్నప్పుడు, వారికి ఇబ్బంది కలిగించేది 'జీవితం' అని తప్పుగా అనుకుంటారు. ఎందుకంటే, జీవితంలోని పరిస్థితులు కష్టంగా, సవాలుగా ఉన్నాయని భావిస్తారు. వారు దానిని వ్యతిరేకిస్తారు. కానీ వాస్తవం ఏమిటంటే, వారి సమస్య జీవితంతో కాదు. స్పష్టంగా చెప్పాలంటే, కష్టాలు జీవితంతో కాకుండా మనసువల్ల, అది ఆలోచించే విధానాలవల్ల, దానిలో నిమగ్నమవ్వడం వల్ల వస్తాయి. అంటే, వారు 'మరో చోట' జీవించడానికి కష్టపడుతున్నారు. తమకు తాము తెచ్చిపెట్టుకున్న సమస్యలతో కుస్తీ పడతారు. జీవితమే సమస్య అని ఊహిస్తారు. కానీ జీవితం తీరిగ్గా కూర్చుని, ప్రస్తుత తరుణంలో తన పని తాను చేసుకుంటూ ఉంటోంది!

మీరు 'మరో చోట' ఆందోళనతో ఉన్నప్పుడు, మీరు దెయ్యాలతో కుస్తీ పడుతున్నారు. మీరు 'ఇక్కడ' 'ఇప్పుడు' లో నిశ్చలంగా, సరళంగా జీవిస్తున్నప్పుడు, మీరు జీవితంతో నిజంగానే వ్యవహరిస్తారు.

ఒక చిన్నపాటి ఉదాహరణ దీనిని వివరిస్తుంది: నాకు చిలిపిగా ఉండే ఒక స్నేహితుడు ఉన్నాడు. అడవిలో చెట్లనీడన చక్కని నడక కోసం యిద్దరం కలిసి బయటకు వెళ్దాం అనుకున్నాం. ఇది అద్భుతంగా, అందంగా ఉంటుంది. వాడు ఇలా అంటాడు, "ఒరేయ్, అబ్బాయ్, మనం అనుకున్నది బాగుంది. నిజానికి మనం తరచుగా నడవాలి కదా? లేదంటే అప్పుడప్పుడూ మనం హైకింగ్, క్యాంపింగ్ కూడా చేయాలి. కానీ ఎప్పుడు? ఒక రోజు మనం పర్వతాలలో లేదంటే మరెక్కడైనా పెద్ద శిబిరం వేద్దాం. త్వరలో శీతాకాలం వస్తుంది. అప్పుడు మనకు సూర్యరశ్మి ఉండదు. కాబట్టి మనం త్వరలో ఒక ప్రణాళికను రూపొందించడం మంచిది.."

ఇందులో ఒక తమాషా ఉంది. ఎందుకంటే మేము ఇప్పటికే మంచి సమయాన్ని గడుపుతున్నామని నా స్నేహితుడు మిస్ అవుతున్నాడు! భవిష్యత్తులో ఏమి జరగాలో, ఎలా జరగాలో అనే ఆలోచనలలో నా స్నేహితుడు ఎంతగా చిక్కుకుపోయాడంటే, 'ప్రస్తుత క్షణం', అందమైన, పరిపూర్ణమైన 'ప్రస్తుత క్షణం', గురించి వాడు పూర్తిగా విస్మరించాడు.

మనస్సు ఎంత శక్తివంతంగా ఉందో ఇది మీకు చూపుతుంది. మీరు సృష్టించుకున్న ఆ 'క్షణం' ఖచ్చితంగా సహాయం చేస్తుందని మీరు భావించిన విషయమే అయినప్పటికీ, ఆ క్షణం నుండి మిమ్మల్ని దూరంగా తీసుకువెళ్లేంత శక్తివంతమైనది. నా స్నేహితుడు మనస్సులో "జీవితం తమను దాటుకుంటూ వెళుతోంది" అనిగానీ, లేదా సమయం అయిపోతోందనే భావననుగానీ సృష్టించిందని నేను పందెం వేసి చెప్పగలను. వాడు 'మరో చోట' ఉంటున్నాడు.

నా స్నేహితుడి విషయంలో, ఈ అలవాటు సాపేక్షంగా ప్రమాదకరం కాదు. కానీ ఎప్పుడూ కాకపోవచ్చు. 'మరో చోట' జోన్‌లో మనలో ఎంతమంది శాశ్వతంగా నివసిస్తున్నారు? "నేను అలా చేయలేను, నేను అలాంటి వ్యక్తిని కాదు" అని మనం అంటుంటాము. ఎందుకంటే మనం 'ప్రస్తుతం ఎవరు' అనే వాస్తవాన్ని ఎదుర్కొనే బదులు మనం 'ఎలా ఉన్నాము' అనే జ్ఞాపకానికి గట్టిగా అతుక్కుపోతాము. వాళ్లు ద్వేషించే విషయంలో బానిసలుగా మారే వ్యక్తిగా మనం మారతాము. ప్రస్తుత క్షణాలన్నింటినీ దూరంగా విసిరివేస్తాము. ఎందుకంటే వారు 'మంచి పదవీ విరమణ పొందే భవిష్యత్తు' అని పిలువబడే కొన్ని ఊహా జనిత, ఉనికిలో లేని ప్రదేశం గురించి ఆలోచించడం ఆపలేరు.

మానవులు గత జ్ఞాపకాలతో దిగులు పడుతూ, లేదా భవిష్యత్తు గురించి చింతిస్తూ తమను తాము హింసించుకోవడం తమాషా కాదా? ఒక వ్యక్తి ఉద్దేశపూర్వకంగా ప్రతిరోజూ సాయంత్రం కూర్చుని, భయపడుతూ, ఒక భయంకర చలనచిత్రాన్ని పదే పదే చూస్తుంటే అది మనకు వింతగా కనిపిస్తుంది. భవిష్యత్తు గురించి విపరీతంగా ఆలోచిస్తూ మనం అలా చేయడం లేదా? మీరు మీ గదిలో, సౌకర్యవంతమైన సోఫాలో కూర్చోవచ్చు, కానీ భీభత్సంతో పూర్తిగా కదలకుండా ఉండండి. తెరపై కదిలే దృశ్యాలు, మాటలు నిజమైనవి కాదని ప్రజలకు తెలుసు. అయినప్పటికీ మనం కదిలే దృశ్యాలను, మాటలను మన తలల్లోకి తెచ్చుకోవటం లేదా?

ఈ ఆలోచనను మరో కోణంలో చూద్దాం. ఒక అద్భుతమైన ఫైవ్ స్టార్ రెస్టారెంట్ నుండి చాలా రుచికరమైన భోజనాన్ని ఊహించండి. మీరు అక్కడ కూర్చుని, రుచి చూడకుండానే తినవచ్చు. లేదంటే, మీరు ఆరు సంవత్సరాల వయస్సులో ఉన్నప్పుడు మీరు చేసిన అసహ్యకరమైన భోజనం జ్ఞాపకం చేసుకోవచ్చు. మీరు కమ్మని ఆహారం ఎదురుగా కూర్చుని, "నాకు ఎప్పుడూ మంచి జరగదు" లేదా, "సరే, యింతకీ ఆ వెయిటర్ సమస్య ఏమిటి?" అని ఆలోచించండి. లేదా, "ఇలాంటి ఫ్యాన్సీ ఫుడ్‌పై డబ్బు వృధా చేసే వ్యక్తులు తెలివితక్కువవారు." అనుకోండి.

లేదా, మీరు భోజనం ఆనందించవచ్చు. ప్రతి ముద్దలోనూ రుచిని చూడొచ్చు. 'ఇప్పుడే' 'ఇక్కడే'. ఎందుకంటే 'ఇక్కడ' 'ఇప్పుడు' భోజనం ఉన్న ఏకైక ప్రదేశం అది.

'మరో చోటు' లో ఏం జరుగుతుంది? అది ఆందోళన, చిరాకు, తిరస్కరణ, అంతులేని ఆలోచనల యొక్క జోన్. అది సమస్యల జోన్.

ఇప్పుడే దీనిని ప్రయత్నించండి. ఈ 'క్షణం'లోనే – అవును, ఇది ఇప్పుడే! – మీ జీవితంలో ఏదైనా తప్పు జరిగితే మిమ్మల్ని మీరు వెంటనే ప్రశ్నించుకోండి. లోపం ఏమిటి? సమస్యలు ఒక పర్వతంలా అనిపించవచ్చు, అయితే వీటిలో ఎన్ని కేవలం 'జీవితానికి సంబంధించిన ఆలోచనలు' అని తరచి చూడండి. మీరు వాటిని ట్రిమ్ చేసి, వర్తమానంలో చూసినప్పుడు, అప్పుడు చాలా అందంగా ఉంటుంది, కాదా? మీ మెదడు విషయాలను ఊహించుకుంటుంది. ఆ విషయాలు వాస్తవమైనవి, ప్రస్తుతమైనవిగా భావిస్తుంది. కానీ నిజమా? నిజంగా ప్రస్తుతం ఉన్నది ఏమిటి? మీరు, వర్తమాన క్షణం మాత్రమే.

'ఇక్కడ' 'ఇప్పుడు' సౌకర్యంగా ఉందాం. జీవితం ఎలా ఉంటుందో చూద్దాం. 'మరో చోటు' కాదు.

నొప్పి వర్సెస్ బాధ

సరే, ఇప్పుడు మీ తక్షణ వర్తమానంలో మీకు ఫ్లూ ఉన్నట్లుగా అనుకుందాం. అది నరకంలా ఉంది. విపరీతంగా తల బాధిస్తుంది, మీరు చాలా అసౌకర్యంగా ఉన్నారు. మీ గొంతు మండిపోతుంది. ఇది నొప్పి.

మీరు అనారోగ్యంతో ఉన్నారు. ఆ విషయం గురించి మీరు కోపంగా ఉన్నారు. మీరు ఆలోచనలను తిరస్కరిస్తున్నారు, వర్తమానాన్ని ప్రతిఘటిస్తున్నారు, వాస్తవికతను అంగీకరించటంలేదు. పైగా మీరు అనారోగ్యంతో ఉండకూడదని వాదిస్తున్నారు. ఇది బాధ.

నొప్పి అనేది జీవితంలో సహజమైనది. తప్పించుకోలేనిది. ఇది వర్తమానంలో జరుగుతుంది. ఇది నశ్వరమైనది. బాధలు తప్పించుకోదగినవి. ఎందుకంటే, అవి మనమే సృష్టించుకున్నవి. ఇది ప్రతిచోటా జరుగుతుంది, అయితే యిది 'ప్రస్తుతం' లో ఉంటుంది. నొప్పి దూరమైన తర్వాత కూడా ఇది అలాగే ఉంటుంది.

బాధ అనేది ప్రస్తుత 'క్షణాన్ని' అంగీకరించకపోవడం. లేదా ఒక సత్యానికి అంటిపెట్టుకుని ఉండిపోవడం, లేదా తప్పించుకోవడం. బాధ అనేది నొప్పికి సంబంధించిన కథ.

మీకు ఫ్లూ ఉంటే, మీరు నొప్పితో ఉన్నారు. "నేను వర్షంలో తడుస్తూ తిరిగినందుకు యిలా జరిగింది. నాకు తగిన శాస్తి జరిగింది" అని మీరు అనుకుంటే, మీకు నొప్పితో పాటు బాధ అని పిలువబడే మరొక అదనపు విషయంకూడా ఉంటుంది. మీ మెదడు ఇవన్నీ వివరించడం, తీర్పు ఇవ్వడం, నియంత్రించడంలో సహాయం చేయడానికి ప్రయత్నిస్తోంది. ఇది భవిష్యత్తును అంచనా వేయాలని, స్థిరమైన స్వీయ భావనతో పనిచేయాలని కోరుకుంటుంది. ఇది బాధ్యత వహించాలని కోరుకుంటుంది! కానీ ఇది కొన్నిసార్లు దాని కోసం బాధను సృష్టిస్తుంది.

మీరు వర్తమానానికి దూరంగా ఉన్నట్లయితే, దాని గురించి స్థూలంగా పరిశీలిస్తూ ఉన్నట్లయితే, నిన్న జరిగిన దాని గురించి దానితో పోరాడడం, లేదా రేపు ఏమి జరుగుతుందనే దాని గురించి పగటి కలలో ఉంటే, మీరు ప్రస్తుత 'క్షణం'లోని గొప్ప అందాన్ని కోల్పోతున్నారు. మీకు అందుబాటులో ఉన్న పరిపూర్ణత, సంతృప్తిని కోల్పోతారు. ఎందుకంటే మీరు మీ జీవితంలో మరింత సంతృప్తిని ఎలా పొందాలనే సమస్యవైపు ఆత్రుతగా దృష్టి ఉంచారు. మీరు ప్రస్తుత క్షణాన్ని నిరీక్షణ గదిలా భావించే వ్యక్తిగా మారతారు. మంచి విషయం – భవిష్యత్తు కలిసి వచ్చినప్పుడు ఆలస్యము చేసే ప్రదేశంలో ఉంటారు. మీరు ఇలా అంటారు, "ఫలానా సంఘటన జరిగిన వెంటనే, నేను సంతోషంగా ఉంటాను." వర్తమానం ఎల్లప్పుడూ సంపూర్ణంగా ఉండదు.

పైగా అది భవిష్యత్తులోకి ప్రయాణించటానికి మంచి మెట్టు. 'మరోచోటు' గురించి చూస్తే, మీరు సరిపోరు, ప్రస్తుత క్షణం సరిపోదు, జీవితమంతా ముగింపు కోసం పరుగులు తీయాలి. భవిష్యత్తు/గతానికి అనుకూలంగా జీవితమంతా విసిరేయడం ఎంత వెర్రితనం అని మీరు ఆలోచించగలరా - ఇది కేవలం ఒక ఆలోచన మాత్రమే, మీ మెదడులో కొంచెం అల్లాడుతుంది?

> "నేను పదవీ విరమణ చేసినప్పుడు, నేను కోరుకున్న జీవితాన్ని గడుపుతాను."
>
> "నేను ఇంకా చదువుకోవాలి; నా జీవితం ఇప్పటికంటే చాలా భిన్నంగా ఉంటుంది."
>
> "మేము ఇల్లు మారిన వెంటనే, నేను దాని సంగతి చూస్తాను"

మీ జీవితం నాటకంలో వేసే డ్రెస్ రిహార్సల్ కాదు. ఇది నిజంగా జరుగుతోంది. ఇది నిజంగా 'ప్రస్తుతం' జరుగుతున్నది.

మీరు వర్తమానానికి ఒక యాంకర్: మీ శరీరం

'ఇప్పుడు' లో ఒక వ్యక్తి ఎలా జీవిస్తాడు?

మనస్సు ద్వారా 'మరో చోటు' సృష్టించబడిందని గుర్తుంచుకోండి - మనం మన ఆలోచనలతో గతం, భవిష్యత్తు లేదా ఊహాజనిత, ఊహించిన వర్తమానానికి ప్రయాణిస్తాము.

'ఇక్కడ' 'ఇప్పుడు' అనేది ఒకే మార్గంలో మాత్రమే అనుకూలంగా ఉంటుంది: శరీరం ద్వారా.

మీ శరీరం 'ప్రస్తుత క్షణం'లో మాత్రమే ఉంటుందని గ్రహించడం నిజంగా అద్భుతమైన అంతర్దృష్టి. కాబట్టి మీరు దానిని ట్యూన్ చేస్తే, మీరు దానితోపాటుగానే 'ఇప్పుడే' 'ఇక్కడే' ఉంటారు. మీ పంచేంద్రియాలు మిమ్మల్ని ఇప్పుడు వాస్తవ స్థితికి తీసుకువెళ్లి, మీ చుట్టూ ఉన్న వాతావరణంలోకి మిమ్మల్ని తీసుకు వెళతాయి. శాశ్వతమైన క్షణంలో ఎంత గొప్పతనం, ఎంత గాఢత ఉందో మీ ఇంద్రియాలతో గ్రహించారు - మనస్సు యొక్క అవ్యక్త, వాస్తవిక ప్రపంచంలోకి తప్పించుకోవలసిన అవసరం లేకుండా చూడటం, వాసన చూడటం, వినడం, తాకడం చాలా ఎక్కువగా గమనించ వచ్చు.

ఈ పరిమాణం నిజమైనది, సజీవమైనది అయితే మానసిక కార్యకలాపం ఇటువంటిది కాదు. మనం ఇక్కడ ఉన్నప్పుడు, మనం జీవిస్తున్నాము. మనం మన తలలో ఉన్నప్పుడు, మనం జీవించడం గురించి ఆలోచిస్తున్నాము, దృశ్యాలతో, ఆలోచనలతో ఆడుకుంటాము – రుచికరమైన కేక్ నాలుకపై రుచి చూపించే నిజమైన కేక్ ని తినటానికి బదులుగా "కేక్" అనే పదాన్ని తినడం వంటిది.

మీరు 'వర్తమానం'లో ఎలా నివసిస్తున్నారు? గజిబిజిగా ఉన్న మనస్సును దారి నుండి పక్కకు తొలగమని చెప్పండి. మీకు ఏ విధంగా చేయాలో ఇప్పటికే తెలిసిన మీ శరీరానికి వాటిని చేసేందుకు అనుమతించండి.

గుర్తు పట్టే చీటీ లేకుండా మీరు తెలుసుకోగలరా?

మీ శరీరాన్ని కదిలించండి,
మీ మనస్సును నిశ్చలంగా ఉంచండి

చాలామంది ప్రముఖ ట్రామా థెరపిస్ట్‌లు, థియరిస్టులు చెబుతున్నది ఏమిటంటే ట్రామా అనేది శరీరంలో చిక్కుకున్న ఆందోళన అని నమ్ముతున్నారు. మనం భయపడినప్పుడు, ప్రమాదాన్ని ఎదుర్కొన్నప్పుడు, బెదిరింపులకు గురైనప్పుడు, సహజమైన ప్రతిస్పందన చర్య తీసుకోవడం – తిరిగి పోరాడడం, పారిపోవడం లేదా ఇబ్బంది యొక్క ప్రభావాన్ని తగ్గించడానికి ప్రణాళికను రూపొందించడం. మన శరీరంలోకి ప్రవేశించకుండా నిరోధించబడితే, ఆందోళన మన శరీరంలోనే ఉంటుంది. ఇప్పుడిక ఎదుర్కొనే చర్యను శక్తివంతం చేయలేరు. ఆ ఆందోళన శరీరంలో శక్తిగా మారి మనకు వినాశనం కలిగిస్తుంది. ఇక అప్పుడు, పాత జ్ఞాపకాలను రీప్లే చేస్తూ గతంలో కూరుకుపోయి ఉంటాము. టెన్షన్‌ను పూర్తిగా వదులుకోలేము, ముందుకు సాగలేము. శరీరంలో కలిగిన ట్రామా, ఒత్తిడి వగైరాల నుంచి బయటపడే మార్గం ఏమిటంటే, భౌతికంగా, అక్షరాలా వాటిని మీ నుండి బయటకు తరలించడం. ఆందోళన గురించిన ఆలోచనలు చేయకండి. చేసినకొద్దీ మరిన్ని ఆలోచనల రద్దీ పెరుగుతుంది, తద్వారా మరింత ఆందోళన కలుగుతుంది. బదులుగా, మీ శరీరంలోకి ప్రవేశపెట్టి కదలండి. ఆందోళన నిర్వహణలో శరీరాన్ని నిమగ్నం చేయడానికి రెండు మార్గాలు ఉన్నాయి:

మొదటిది స్వల్పకాలిక విధానం: మీరు ఒత్తిడికి, షాక్‌కు గురైనట్లయితే, ఆందోళన చెందితే, ఈ వాస్తవాన్ని తెలుసుకుని, ఉద్రేకాన్ని వదిలించుకోవడానికి ఉద్దేశపూర్వకంగా ప్రయత్నించండి. బయటకు వెళ్లి సుదీర్ఘమైన, కష్టమైన పరుగు చేయండి. మీకు ఇష్టమైన నృత్యాన్ని చేయండి. మనసుకు నచ్చే సంగీతాన్ని వినండి. మీ గదిలో శక్తివంతంగా కదలండి. మీ చేతులు, మోకాళ్లపై నిలబడి బాత్రూమ్‌ను స్క్రబ్ చేయండి. కండరాలను విస్తరించడానికి, మీ మెడ లేదా తుంటిలో ఒత్తిడిని వదిలించుకోవడానికి యోగా చేయండి. మీకు నచ్చితే, తలుపు మూసివేసి, దిండును కొట్టండి! మీరు దీన్ని కొంత విజువలైజేషన్‌తో కూడా కలపవచ్చు. మీరు కదిలేటప్పుడు ఒత్తిడి, ఆందోళన మీ శరీరాన్ని వదిలివేస్తున్నాయని చురుకుగా ఊహించవచ్చు.

ఆ్రతుత, మానసిక ఉద్రిక్తతలను నిక్షిప్తమైన శక్తిగా భావించండి – శక్తిని చర్యలోకి తీసుకుంటే విలువైనది, ఉపయోగకరమైనది. కొన్నిసార్లు, ఈ విధంగా మారిన తర్వాత, మీరు అంతర్గతంగా విషయాలు "మార్పు చెందినట్లు" భావిస్తారు. మీరు అకస్మాత్తుగా అంతర్దృష్టిని కలిగి ఉంటారు. చర్య తీసుకోవడానికి ప్రేరేపించబడతారు. లేదంటే సమస్యను పరిష్కరించడానికి ఒక మార్గం కనుగొనేందుకు మంచి ఆలోచన కలిగి ఉంటారు.

రెండవది దీర్ఘకాలిక విధానం: ఆందోళన, అతిగా ఆలోచించడం అనేవి మీకు దీర్ఘకాలిక సమస్య అయినట్లయితే, మీరు మీ మెడకు దిగువన ఉన్న శరీర భాగాలను వదిలించుకున్నారని నిర్ధారించుకోవచ్చు! ఆందోళనతో అతిగా ఆలోచించేవారు ఎక్కువగా తలనే ఉపయోగిస్తారు. దానికి విరుగుడు శరీరానికి మళ్లీ కనెక్ట్ కావడమే. మీ శరీరం తెలివైనది – హేతుబద్ధమైన మనస్సు జోక్యం లేకుండానే అది దాని స్వంత సమతౌల్యాన్ని కనుగొనగలదు!

దీర్ఘకాలిక ఆందోళన నివారణ కోసం, మీరు మీ శరీరాన్ని వీలైనన్ని ఎక్కువ మార్గాల్లో క్రమం తప్పకుండా నిమగ్నం చేయండి. జీవితం గురించి ఆలోచిస్తూ వుండే బదులు శారీరక శ్రమ అలవాటు చేయండి. మసాజ్ చేయించండి (ముఖ్యమైన లొంగుబాటు భావాన్ని పెంపొందించడంలో ఇది మీకు సహాయం చేస్తుంది!). నిర్ణీత సమయాల్లో నృత్యం అభ్యసించండి. తాయ్ చి లేదా యోగా చేయండి. మార్షల్ ఆర్ట్స్, స్పోర్ట్స్ లేదంటే సింపుల్ ఏరోబిక్స్ చేయడం ద్వారా మీ శరీరాన్ని మనస్సుతో అనుసంధానం చేయండి. మీరు

చిన్నప్పుడు చేసినట్లే చెట్లు ఎక్కండి. ఇది మీ శరీరాన్ని కదిలించి, మిమ్మల్ని నవ్వించేలా చేస్తే, దాన్ని మీ దినచర్యలో ఉంచండి.

ఇంద్రియ ధ్యానం

ఒక సమయంలో ఒక స్టేషన్ మాత్రమే ట్యూన్ చేయగల రేడియోగా మిమ్మల్ని మీరు భావించండి. ఆలోచన, జ్ఞాపకాల వెల్లువలో మనస్సు, లేదా ఇంద్రియాల ద్వారా వచ్చే జీవిత ప్రవాహం గురించి కలిగే ప్రస్తుత స్పృహలో ఉండండి. ఏదైనా ఒకటి మాత్రమే. మీరు ఈ క్రింది మార్గంలో ఇంద్రియ ధ్యానం చేసినప్పుడు, అతిగా ఆలోచించే మనస్సును శాంతపరుస్తారు. ఆనందకరమైన వర్తమానంలో నివసించే విధానాన్ని బలోపేతం చేస్తారు. దీన్ని ఎలా చేయాలో ఇక్కడ గమనించండి.

రోజుకు ఒకసారి (లేదా, మీకు వీలైనంత తరచుగా) పూర్తిగా ఇంద్రియ అనుభవంలో మునిగిపోయే పనిని కల్పించుకోండి. ఇది ఏమిటన్నది పట్టింపు లేదు. మీరు బాగా పండిన పండును తినడంలో దాని రుచులను ఆస్వాదించడానికి పూర్తి ఐదు నిమిషాలు గడపవచ్చు. మీరు కళ్ళు మూసుకుని, మిమ్మల్ని ఆనందింపజేసి, మనస్సును హత్తుకునే సంగీతంపై దృష్టి పెట్టడం కావచ్చు. నిశ్శబ్దంగా కూర్చుని ఊపిరి పీల్చడం, ఊపిరితిత్తులలో గాలిని కాసేపు ఉంచడం, తిరిగి వదిలివేయడం వంటిది కూడా కావచ్చు.

మీకు నచ్చిన లేదా మీకు ఆసక్తి కలిగించేదాన్ని ఎంచుకుని, ఎలాంటి ఉద్దేశ్యం లేకుండా, మీ భావాలలో పూర్తిగా, దానితో గడపండి. మీకు కావలసినంత సమయం తీసుకోండి. మీరు ఏమి చేస్తున్నారో మాత్రం గమనించండి. ఈ సాధారణ రోజువారీ పని మీరు మొదటిసారిగా చేస్తున్నట్టు లేదా మీరు అప్పుడే పుట్టిన శిశువులా మీ ఇంద్రియాలను కూడా ఇంతకు ముందు ఉపయోగించలేదని ఊహించుకోండి.

కాసేపు గడిచాక, ప్రస్తుత 'క్షణం' ఎంత అంతులేనిదో, అనంతమైనదో ఈ అభ్యాసం మీకు నేర్పుతుంది. ఆ క్షణంలో ఉండి, దాని అన్ని ఆకృతులను అనుభూతి చెందడం, గాఢమైనదిగానూ, మనోహరంగానూ ఉంటుంది. మనము హడావిడిగా, ఆత్రుతగా ఉన్నప్పుడు, మనస్సుతో గుర్తించబడినప్పుడు, ప్రస్తుత

క్షణం చిన్నదిగా, రసహీనంగా కనిపిస్తుంది. ఇలాంటి ఇంద్రియ అవగాహనను సాధన చేయడం వల్ల, వాటిని నిజంగా గ్రహించడానికి మనం ఎక్కువసేపు సమయం కేటాయిస్తే, మన చుట్టూ ఉన్న నమ్మశక్యం కాని అనేక సంపదలను తెలియజేస్తుంది. ఇది స్వయంచాలకంగా మీలో ప్రశాంతతనూ, స్థిమితమైన నిర్మలతనూ సృష్టిస్తుంది. ఒత్తిడితో కూడిన మనస్సును నిశ్శబ్దం చేస్తుంది.

ముఖ్యమైన విషయాలు

- భయాందోళన, ఆందోళన, జ్ఞాపకాల పరంపరలు, ఆందోళన, అతిగా ఆలోచించడం అనేది జీవితం గురించి మనకు ఉన్న అంతర్గత మానసిక కథనాలతో అతిగా గుర్తించడం నుండి ఉత్పన్నమవుతుంది. ఇవి తరచుగా మేథో వైకల్యాలు, పక్షపాతాలు, భ్రాంతికరమైన అంచనాలు, భయాలు వంటి అహేతుకతతో నిండి ఉంటాయి. మన మెదడు గతంలో లేదా భవిష్యత్తులో ఒత్తిడితో కూడిన మానసిక కార్యకలాపాలను సూచించగలదు. కానీ నిర్మలత్వం, ప్రశాంతత ఒకే చోట మాత్రమే ఉంటాయి: 'వర్తమానం'.
- మన దగ్గర ఉన్నది 'వర్తమానం' అంటే యీ 'క్షణం'. వర్తమానంలో లొంగిపోవడం, అంగీకారం, ప్రశాంతమైన అవగాహనతో మనం నిష్క్రియంగా ఉన్నామంటే వదులుకుంటున్నామని కాదు - మనం పని చేయగలిగితే, పని చేస్తాము. ఒకవేళ చేయలేకపోతే, దానిని అంగీకరిస్తాము. ఆందోళన, అనవసరమైన ఒత్తిడి అవసరం లేదు. ఆందోళన, అతిగా ఆలోచించడం వల్ల మనకు సమస్యలు పరిష్కారం కావు. అవి మనకు ఏ విధంగానూ సహాయపడవు అని గుర్తుంచుకోండి, మనం పరుగులు తీస్తూ అన్నిటినీ నియంత్రించాలని మన మెదడు ఒప్పించినప్పటికీ ఇది కుదరదు.
- ప్రస్తుత క్షణంతో సుఖంగా ఉండటం అంటే సహనం, వినయం, హాస్యం, అనిశ్చితిని సహించడం. ప్రతిక్రియతో ప్రతిఘటించడం కంటే దానికి ప్రతిస్పందించడమే సౌలభ్యం.

- నొప్పి అనివార్యం, నశ్వరమైనది, అంటే శాశ్వతం కానిది. కానీ బాధ నొప్పికి మన ప్రతిస్పందనలో ఉంటుంది, నివారించదగినది. మనం నొప్పిని ఎదుర్కోవడానికి, దాని గురించి పదేపదే గతంలోకి వెళ్లడం వల్ల నొప్పిని అంటిపెట్టుకుని ఉంటే, మన కోసం మనం బాధలను సృష్టించుకుంటాము. ప్రశాంతంగా వుండే చురుకైన వ్యక్తులు నొప్పిని అంగీకరిస్తారు. దానిని అలా వుండనివ్వండి. అనవసరమైన బాధలలో చిక్కుకోవడానికి మిమ్మల్ని మీరు అనుమతించవద్దు.
- మీ భౌతిక శరీరం, మీ పంచేంద్రియాలు, మీ చేతన అవగాహన ప్రస్తుత 'క్షణం'లో యాంకర్‌లు. మీరు శరీరం ద్వారా ప్రస్తుత క్షణంలో యాంకర్ చేసినప్పుడల్లా మీరు 'మరో చోటు' కాకుండా 'ఇక్కడ' 'ఇప్పుడు' ఉండవచ్చు. మీ శరీరాన్ని (శారీరక శ్రమ వంటివి) కదిలించడం ద్వారా ఇప్పటికీ బిజీగా ఉన్న మనస్సు వేగాన్ని తగ్గించడానికి, మళ్లీ వర్తమానంతో అనుసంధానం అయ్యేందుకు ఇంద్రియ ధ్యానం చేయండి.

అధ్యాయము 5

నలుపు లేదు, తెలుపు లేదు

ఈ అధ్యాయంలో, మనం కొంచెం దృష్టిని మరల్చబోతున్నాము. అతిగా ఆలోచిస్తూ తరచుగా నైరాశ్యంలోకి వెళ్లిపోయే కొందరి గురించి పరిశీలిస్తాము. ప్రశాంతమైన అవగాహనతో, పక్షపాత ధోరణి లేకుండా, ముద్రలు వేయకుండా ప్రస్తుత 'క్షణాన్ని' గడపడం గురించి మనం సుదీర్ఘంగా మాట్లాడుకున్నాము. ఆందోళన అనేది భవిష్యత్తు మీద భయంతో ఏర్పడవచ్చు లేదా గతం గురించి పశ్చాత్తాపం కావచ్చు. కానీ మనలో కొంతమందికి, జ్ఞాపకాల వెల్లువలో కొట్టుమిట్టాడటం, అతిగా ఆలోచించడం అనేది చాలా ప్రత్యేకమైన మేథో వైకల్యానికి దారి తీస్తుంది. దాని ఫలితమే : తీర్పు.

మీపై మీరే యిచ్చుకునే తీర్పు, ఇతరులకు మీరిచ్చే తీర్పు. రెండూ దాదాపు ఒక్కటే!

తీర్పు యివ్వడం చాలా సులభం: ఏ సమయంలోనైనా మనం ఏదైనా 'ఎలా ఉంది?' అనేది చూస్తాము. అదే సమయంలో అది 'ఎలా ఉండాలో' ఊహిస్తాం. ఆ రెండింటి మధ్య పోలికలను తీసుకువస్తాం. మీరు దీన్ని సాదా సీదా ఎగవేత, అంగీకరించకపోవడం లేదా వాస్తవికతతో వాదించడం అని గుర్తిస్తారు. మనం దీనిని మనవైపుకు మళ్ళించుకోవచ్చు ("నేను కష్టపడుతున్నాను. నేను కష్టపడకూడదు. ఇది ఒక సమస్య. అంటే నేను చెడ్డ వ్యక్తిని"), లేదా మనం దానిని ఇతరుల వైపుకు మళ్ళించవచ్చు ("వాళ్లు నాపట్ల చాలా సంకుచితంగా ఉండేవారు. నిజానికి వాళ్లు అలా ఉండకూడదు. ఇది ఒక సమస్య. వాళ్లు ఒక సమస్య").

మనం తీర్పు చెప్పినప్పుడు, అది మనపై ఇతరుల పట్ల అంగీకరించే, ప్రేమించే, కరుణించే మన సామర్థ్యాన్ని ప్రభావితం చేస్తుంది. ఇది మన దృష్టిని సంకుచితం చేస్తుంది, మనల్ని ఆందోళనకు గురి చేస్తుంది. అదే సమయంలో ప్రతికూలతపై దృష్టి పెట్టేలా చేస్తుంది. మనం మన అహాన్ని, 'ఎలా ఉండాలో' అనే కథనానికి అనుమతించినప్పుడు, వాస్తవికతలో జరిగిన చర్యలు, సంఘటనలు కొన్నిసార్లు మనల్ని తికమకపెడతాయి. ఉదాహరణకు, ఎవరైనా ఒకసారి మనతో అసభ్యంగా ప్రవర్తిస్తే, మనం వాళ్లని వ్యక్తులుగా అందరిపట్లా అసభ్యంగా ప్రవర్తిస్తారనే నిర్ణయానికి వస్తాము. వాళ్లు ప్రస్తుత క్షణంలో ఎలా ఉన్నప్పటికీ మనం వారితో సంబంధం నిలిపి వేస్తాము. మనం వాళ్ల గురించి మునుపు ఏర్పరచుకున్న కథనాలతో కొనసాగుతాము. మనం వాళ్ల గురించి ఊహించుకున్నవి ఊహలని మర్చిపోయి, మన కథనాలను నవీకరించడంలో విఫలమవుతాము!

మనం గమనించినట్లుగా, తీర్పు లేకుండా స్వచ్ఛమైన శ్రద్ధ, అవగాహన అనేది మనం ప్రశాంతంగా, సంతృప్తిగా ఉండటానికి కీలకం. ఇది మిమ్మల్ని చుట్టుపక్కల వారితో సత్సంబంధాలు నెలకొలేలా చేస్తుంది. మిమ్మల్ని మీరు ఎక్కువగా అంగీకరించేలా చేస్తుంది!

తీర్పులు చేయడం ఎలా తగ్గించాలి

ఇతరులతో మంచిగా ఉండేందుకు వాళ్లపై తీర్పును వదిలిపెట్టడం అనేది సరైన పని కాదు. మన కోసం, మన ఆరోగ్యం, మనశ్శాంతి కోసం మనం దీన్ని పాటిస్తాము. మనం ఇతరులపై తీర్పు ప్రకటించినట్లయితే, అదే వైఖరిని మనపైకి మార్చుకునే అవకాశం కూడా ఉంది. ఇది మనలో దుఃఖాన్ని, ఒత్తిడిని, అసంతృప్తిని సృష్టిస్తుంది.

మనం ధ్యానం చేసి, ఆ 'క్షణాన్ని' యథాతథంగా ఎదుర్కొనేందుకు ప్రయత్నించినప్పుడు, మనం చేసేది ప్రతిదీ కొత్త అనుభూతిని పొందుతూ, "హలో! నీవెవరు? నువ్వు చాలా ఆసక్తికరంగా ఉన్నావు. స్వాగతం. నేను నిన్ను ఇష్టపడుతున్నాను." మనం మంచి చెడుల ముద్రలు వేసి వర్గీకరించడానికి ప్రయత్నించము. అది మనకు నచ్చిందా లేదా, దాని అర్థం ఏమిటి, అది

ఎక్కడికి దారి తీస్తుంది, అది "జరుగుతుందా" జరగదా? మొదలైనవాటిని నిర్ణయించండి.

మనం తీర్పును వదిలివేసినప్పుడు, ఇతరులకు అవకాశాన్ని యిచ్చినట్టుగానే మనకి మనం యిచ్చుకుంటాము. మనం మరొక వ్యక్తిని ఎదుర్కొన్నప్పుడు, అంతే సమానమైన పనిని చేయవచ్చు: "హలో! నీవెవరు? నువ్వు చాలా ఆసక్తికరంగా ఉన్నావు. స్వాగతం. నేను నిన్ను యిష్టపడుతున్నాను". మనకి వాళ్లు ఇరవై సంవత్సరాలుగా తెలిసినా, లేదంటే అప్పుడే వారిని కలుసుకున్నా మనం అలాగే ఉంటాము. అలాగే, వాళ్లు మనతో ఏకీభవించినా, విభేదించినా, కసురుకున్నా, కలుపుకున్నా, మాట్లాడినా, లేకపోయినా మనపై వారి అభిప్రాయం ఏమైనప్పటికీ మనం అలాగే ఉంటాము. ప్రస్తుతం ఉన్న విధంగానే వాటిని మనం ఎదుర్కొంటాము. ఒక నిర్ణయానికి రావటం కోసం మన అహం యొక్క కోరికను నిలిపివేస్తాము.

మనం వర్తమానంలో 'ఇక్కడ' 'ఇప్పుడు' యిదే స్థితి ఎదుర్కోవచ్చు. అప్పుడు యిదే విషయం చెప్పవచ్చు. "హలో! ఈ రోజు నువ్వు ఎవరు?" నిన్న జరిగిన దాని గురించి మీరు మర్చిపోతారు. మిమ్మల్ని మీరు ఒక ముద్ర వేసుకోకండి. నిన్న విఫలమయ్యారు కాబట్టి ఈ రోజు విఫలమవుతారని అనుకోకండి. మీరు ఏమి చేయగలరు, ఏమి చేయలేరు అనే దాని గురించి కథలు, అంచనాలను పెట్టుకోకండి. మీకు చరిత్ర లేదు. పాత్ర లేదు. ఈ క్షణంలో మీరు సజీవంగా ఉన్నట్లే మిమ్మల్ని మీరు ఎదుర్కొంటున్నారు.

మనల్ని మనం లేదంటే ఇతరులను ఎదుర్కొన్నప్పుడు, అప్పటికే మన బుర్రలో వున్న అనేక అసంబద్ధమైన విషయాలకు అనుకూలంగా వారి వాస్తవ స్వభావాన్ని మనం తరచుగా దాటవేస్తాము:

> వారి తాత్కాలిక ప్రవర్తనను, సంపూర్ణ భావంతో గందరగోళానికి గురిచేస్తాము ("ట్రాఫిక్‌లో నాపై అరిచిన వ్యక్తి బహుశా వారమంతా యిలాగే ఉండొచ్చు").

> కేటగిరీలు, జాతి ముద్రలు, ఇంకా అనేక రకాలు చెప్పేవి ఏమైనా ఉంటాయని అనుకోవచ్చు ("ఓహ్, అతను స్వీడిష్. అతను నిజానికి వ్యవస్థీకృతంగా సమర్థవంతమైనవాడు").

మనకు వారిపట్ల భావోద్వేగ ప్రతిచర్య ఉండవచ్చు. వాళ్లను మనం అదే దృష్టితో అర్థం చేసుకోవచ్చు ("నా చిన్నతనంలో నా తండ్రి నన్ను పలు రకాలుగా వేధించాడు. అతను ఇప్పుడు ఏమి చెప్పినా నేను పట్టించుకోను; నా దృష్టిలో తండ్రి ఎప్పుడో చనిపోయాడు").

వాళ్ల గురించి నిరంతరం మనకు తెలియకుండానే ఏర్పరచుకున్న కథనంలోకి బలవంతంగా వెళ్లి, వాళ్లను అదే విధంగా గుర్తిస్తూ ఉండొచ్చు. ("నా చెల్లెలు కుటుంబంలో అందరికంటే చిన్నది! ఆమెకు ఇప్పుడు ముప్పై తొమ్మిది సంవత్సరాలు. తల్లి కూడా అయింది. కానీ నేను ఆమెను చూసినప్పుడు, ఆమెకు యిబ్బందిగా వున్నప్పటికీ, చిన్ననాటి మారుపేరుతో పిలవకుండా ఉండలేను").

తేడా, కొత్తదనం అనేది తప్పు లేదా బెదిరింపు అని మనం అనుకోవచ్చు ("ఆమె ఒక విచిత్రమైన మతాన్ని అనుసరిస్తుంది. పిచ్చిగా ప్రవర్తిస్తుండి. నేను ఆమెను విశ్వసించను").

విభిన్నమైన యిలాంటి ఊహలకు బదులుగా, మనం నిజమైనదేదో చేయవచ్చు: 'మన కళ్లెదుట ఉన్నదాన్ని గ్రహించండి'. తీర్పు మన మనస్సు నుండి వస్తుంది. అయితే మనం స్వచ్ఛమైన చైతన్యంలో ఉన్నప్పుడు, ఆ క్షణంలో, మనం తీర్పు చెప్పము – మనం అనుభవిస్తాము. వ్యక్తులు సంక్లిష్టంగా, ఉద్వేగంతో, సాధారణంగా చాలా ప్రేమగా ఉంటారని మనం గమనించాము! మీరు నిరంతరం ఇతరులను లేదా మిమ్మల్ని మీరు గమనిస్తూ వుంటే, అక్కడ ఏమి ఉండాలని మీరు అనుకుంటున్నారో అది మాత్రమే చూస్తే, మీరు గుడ్డివారు. మీరు నిజమైన బంధాలను ఎలా ఏర్పరచుకుంటారు. ఈ దృక్పథంతో మీతో మీరు శాంతియుత సంబంధాన్ని ఎలా కలిగి ఉంటారు?

కాబట్టి, మనలో చాలామంది వ్యక్తులతో కాకుండా దృశ్యాలతో, ఆలోచనలతో నిరంతరం వాదనలు చేస్తున్నారు. మనం ఎవరిలా ఉండాలనుకుంటున్నామో లేదా మనం ఎలా ఉండాలనుకుంటున్నామో లేదా మనం ఎలా ఉండగలమని ఆశిస్తున్నామో అనే దృష్టితో మనం ఉంటాము.

అయితే మనం నిజంగా 'ఉన్న' అద్భుతమైన విషయాన్ని కోల్పోతాము. మనం ముసుగు వేసుకుని ముసుగులు వేసుకున్న వాళ్లతో మాట్లాడుతున్నట్లుగా ఉంటుంది. ముసుగుల క్రింద ఉన్న వ్యక్తులు ఎప్పుడూ ఒకరినొకరు నిజంగా చూసుకోలేరు లేదా తెలుసుకోలేరు.

మనం చేసే కథలతో పాటు సంఘర్షణ, ఇబ్బందులు వస్తాయి. మనం చెప్పుకునే వివరణలు, విలువల నిర్ణయాలు స్వయంచాలకంగా ఉంటాయి. ప్రపంచం గురించి, మన గురించి, ఇతర వ్యక్తుల గురించి అర్థం చేసుకోవడానికి అవి మనకు సహాయపడతాయి. అయితే వీటన్నింటి నుండి మనల్ని బయటికి పంపారు! ఎందుకంటే మనుష్యులు అనేవాళ్లు మనం ఊహించిన ఆలోచనలు కాదు. వారు నిజమైన, జీవిస్తున్న, మారుతున్న, అద్భుతంగావున్న సంక్లిష్టమైన జీవులు. మీ మాదిరిగానే!

ఇతర వ్యక్తులతో (చివరికి మీతోనైనా!) తక్కువ విచక్షణతో ఉండటానికి ఇక్కడ ఒక గొప్ప అభ్యాసం ఉంది: 'వాస్తవాలకు కట్టుబడి ఉండండి'. వివరణలు, తీర్పులు, వర్గీకరణలు లేదా ప్రతిచర్యలు కాదు. కేవలం వాస్తవాలు. వారి "ఉనికి" లోని విషయాలు మాత్రమే. ప్రజలు 'ఇక్కడ' 'ఇప్పుడు' ఉన్నట్లుగానే!

ఒక ఉదాహరణ చూద్దాం. మీరు వీధిలో ఒకరి వెనుకగా నడుస్తున్నారు. మీ ముందు నడిచే వ్యక్తి ఒక చాక్లెట్ రేపర్‌ను నేలపైకి విసిరి వెళ్లిపోతాడు. మీరు వెంటనే కోపం తెచ్చుకుంటారు. ఆగ్రహానికి గురవుతారు. ఆ తర్వాత అతనిపట్ల ఒక తీర్పు మోడ్‌లోకి వెళతారు. "పంది ముండా కొడుకు! అతనికి బాధ్యత లేదు. చెత్త వేసే వ్యక్తులను నేను ద్వేషిస్తాను; ఇది చాలా అసహ్యంగా ఉంది." సరే, మీరు ఒక విలన్, ఒక హీరో (మీరే!)తో చక్కని చిన్న కథను చెప్పారు. మీరు పూర్తిగా ఆవేశంతో భావోద్వేగంలో మునిగిపోయారు. అయితే మీరు మరింత ముందుకు వెళ్లండి. "ఈ రోజుల్లో మనుషులకు మర్యాద తెలియటం లేదు. ప్రపంచంలో మూర్ఖత్వం మొలకెత్తుతోంది. నేను చాలా నిరాశ చెందాను. ఇది అవిద్య వల్ల కావచ్చు. నిజాయితీగా చెప్పాలంటే, ఈ గ్రహం ఎందుకిలా గందరగోళంలో ఉంది– ఎవరూ పట్టించుకోరు! ఎవరూ విషయాలు పట్టించుకోరు"

వావ్! ఏం కథ. మరింత నిశితంగా పరిశీలిద్దాం. అసలు ఏం జరిగింది? కేవలం వాస్తవాలు తెలుసుకుందాం?

ఎవరో చాక్లెట్ రేపర్‌ని వీధిలో పడేశారు. అంతే. మిగతా విషయం ఏమిటి? తీర్పు ప్రకటించాం. అదంతా వాస్తవికతతో కూడిన వాదన. విషయాలు ఎలా ఉండాలో చెప్పడానికి మన అహం కవాతు చేస్తోంది. యాదృచ్ఛికంగా, ఇది చాలా ఆందోళన కలిగించేది కూడా!

మీరు యిక్కడ, యీ క్షణంలో ఆగండి. మీరు యీ ప్రపంచానికి CEO కాదని జ్ఞప్తి తెచ్చుకోండి. మీరు ప్రస్తుత క్షణాన్ని, అది ఎలా ఉన్నప్పటికీ, దానిని మీరు తిరస్కరించవచ్చు లేదా వారు ఎవరైనప్పటికీ, ఏమైనప్పటికీ దానిని మీరు అంగీకరించవచ్చు. వీధిలో చాక్లెట్ రేపర్ ఉంది. మీరు మీ మనస్సును చెడుగా, సోమరితనంగా, స్వార్థపూరితమైనదిగా ఉంచేందుకు ముద్ర వేయడానికి ఎంచుకుంటారు. ఈ ముద్రలు మీకు ఆందోళన, అసంతృప్తిని కలిగిస్తాయి. వీధిలో ఉన్న చాక్లెట్ రేపర్ కాదు.

ఈ కొద్ది సమయంలో, మీరు తోటి మనిషితో యుద్ధానికి వెళ్లారు. మీరు వారిపై ద్వేషం, అన్యాయ భావనతో ఉన్నారు. మీరు ఇప్పుడు ఈ క్షణంలో లేరు, మీరు పూర్తిగా అల్లుకున్న కథలో ఉన్నారు. ఇది ఒక వికారమైన కథ. అయితే, మనస్సు సహాయం చేయడానికి ప్రయత్నిస్తుంది. ప్రతిదానిని నిర్ధారించడం, విభజించడం అవసరమని భావిస్తుంది. కానీ దాని గురించి ఆలోచించండి: జీవితంలో మీరు తీరిగ్గా కూర్చుని, మంచివారెవరో, చెడ్డవారెవరో నిర్ణయించడం నిజంగా అత్యవసరమైన విషయమా? లేక, మీరు మంచివాడా, చెడ్డవాడా అని నిర్ణయించుకోవడానికి ఇది నిజంగా మీకు ఏ విధంగానైనా సహాయపడుతుందా? మన తీర్పు ఏదో ఒకవిధంగా ప్రపంచాన్ని చుట్టుముట్టేస్తుందని మనం అనుకుంటాము. జడ్జిమెంటల్‌గా ఉండటం అంటే అభిరుచి, అభిప్రాయాలు, వ్యక్తిత్వాన్ని కలిగి ఉండటం అని మనం భావిస్తున్నాము. మనం ఎవరికంటే గొప్పవాళ్ళమో లేదా ఎవరితో విభేదిస్తున్నామో మనకు తెలియకపోతే మన స్వశక్తి మొత్తం విచ్ఛిన్నమైపోతుందని మనం అనుకోవచ్చు!

ఇబ్బంది ఏమిటంటే, వీటన్నింటికీ ఒక వెల ఉంది: ఇది మనల్ని ఆందోళనతోనూ, అసంతృప్తితోనూ ఉంచుతుంది.

తదుపరిసారి మీరు మరొకరితో ఉన్నప్పుడు, వాస్తవాలపై దృష్టి పెట్టడానికి ప్రయత్నించండి. వ్యక్తి చెప్పే మాటలు వినండి. వారి ముఖం చూడండి. వారితో కలిసి ఉన్న క్షణం ఎలా ఉంటుందో అనుభూతి

చెందండి. మీరు వారిని ఇంతకు ముందెన్నడూ కలవలేదని, మీరు వారిని తెలుసుకోవడం ఇదే మొదటిసారి అని ఊహించుకోండి. నిజంగా, మీరు ఈ క్షణంలో పూర్తిగా ఉండిపోతే, మీరు ప్రతి సెకనులో వారిని కొత్తగా అపరిచితులుగా కలుస్తున్నారు!

తీర్పు వచ్చినప్పుడు, దాన్ని చూడండి. దాన్ని అక్కడ ఉండేలా చూడండి. ఈ క్షణం గురించి మీ అవగాహనకు ఇది అడ్డుపడటం చూడండి.

> "ఆయన వృద్ధుడు. ఆయన తరం నుంచి వచ్చిన అందరూ అలాంటివారే. ఎంత బోరింగ్!"
>
> "మూగ అందగత్తె"
>
> "అతనికి ధనవంతులైన తల్లిదండ్రులు ఉన్నారు; అతను నాలాగా ఎప్పుడూ కష్టపడాల్సిన అవసరం లేదు."
>
> "ఆమె నిజానికి ఒక పెద్ద జాత్యహంకారి. అలాంటి వ్యక్తుల కోసం నాకు సమయం లేదు."
>
> "వాళ్లు తెచ్చిన బహుమతి చూశారా? ఓరి దేవుడా. పిచ్చెక్కిపోయింది."

ఊరికే అలా గమనిస్తూ ఉండండి. ఒక వ్యక్తి యొక్క కథ వాస్తవానికి ఆ వ్యక్తికంటే భిన్నంగా ఎలా ఉంటుందో గమనించండి. ఆ క్షణంలో జీవిస్తూ, శ్వాసించండి. మీరు కథను కాసేపు పక్కన పెట్టి, ఆ క్షణంలో ఆ వ్యక్తితో కలిసి ఉండగలరా అని చూడండి. నేటి ప్రపంచం అనేక విభజనలతో నిండిపోయింది. "మనమూ – వాళ్లూ" అనే ఆలోచనలతో రకరకాలుగా విడిపోయి ఉంది. ఇవి మరింత ఆందోళన, అసంతృప్తికి దారులు మాత్రమే.

ఇప్పుడు, మీ పరస్పర చర్య చుట్టూ నిజమైన, వర్తమాన–ఆధారిత భావోద్వేగాన్ని కలిగి ఉండరని చెప్పడానికి ఏమీ లేదు. ప్రస్తుతం ఎవరైనా మీకు చికాకు కలిగిస్తూ ఉంటే, అది గమనించండి. అయితే పైన అదనపు లేయర్‌లను జోడించే ధోరణిని చూడండి:

> ఊహించకండి. మీరు ఏదైనా సమాచారాన్ని పూరించినప్పుడు, మీ స్వంత పక్షపాతాన్ని ఇంజెక్ట్ చేస్తారు. అక్కడున్న ఒక చిత్రాన్ని

చూడండి. అందులో వాళ్ళు నవ్వుతున్నారు. అది వాస్తవం. కానీ వాళ్లు మిమ్మల్ని ఎగతాళి చేయడం వల్లే నవ్వుతున్నారని మీ ఊహ.

కొత్త వ్యాఖ్యానాలు చేయకండి. విషయాలు ఎందుకు జరుగుతాయో మీకు నిజంగా తెలియదు. అవి మనకు ఎలాంటి సందేశం పంపలేదు. అంతే. "ఏం జరిగిందంటే" అని చెప్పుకునేదంతా మన ఊహలతో నింపుకున్న X, Y, Z కథనాలు. అంతే తప్ప మీ ముందు ఉన్న పరిస్థితి కాదు.

ఆత్మ రక్షణాత్మకతతో ఉండకండి. ప్రతి ఒక్కరూ తమకు చేతనైనంత బాగా చేస్తున్నారని ఊహించుకోండి. ప్రపంచానికి, ఇతర వ్యక్తులకు, మిమ్మల్ని మీరు శత్రువులుగా చేసుకోకండి. మీరు ఆత్మ రక్షణాత్మకతతో ఉన్నప్పుడు, మీరు ప్రతిచోటా ముప్పును చూస్తారు.

ఆశించకండి. మీరు పనిలో పాల్గొనాలని ఎదురుచూస్తుంటే, అంచనాలు వేయండి, నిర్దిష్ట ఫలితం కోసం వేచి ఉంటే మీరు హాజరుకాలేరు. మీరు ముందస్తు ముగింపు క్షణం కోసం తొందరపడుతున్నారు. మీరు జీవిత నాటకానికి దర్శకుడు కాదు! దాని దారిన దాన్ని వెళ్లనివ్వండి. అది మిమ్మల్ని ఆశ్చర్యపరచనివ్వండి.

ఎదుటివారి మనసుల్ని చదవకండి. మనం ఎవరి తలలో ఏముందో ఊహించినప్పుడు, ఆ క్షణం యొక్క చైతన్యాన్ని, సంక్లిష్టతను సరళీకృతమైన, తప్పు కథనానికి తగ్గించుకుంటాము.

పైన పేర్కొన్నవన్నీ చేసే ధోరణిని తగ్గించడానికి ఒక మార్గం ఆసక్తిగా మారడం: మీ ముందు ఉన్న వ్యక్తి లేదా పరిస్థితి గురించి ప్రశ్నలు అడగండి. వ్యక్తి గురించి, పరిస్థితి గురించి మీకు ఇప్పటికే తెలిసినట్లుగా ముందుకు సాగడానికి బదులుగా, వినయంగా ఉండండి. మీకు నిజంగా ఏమీ తెలియదని భావించండి. ప్రజలను మార్చడానికి అనుమతించండి. వాటిని విస్తరించి, వైరుధ్యాలను కలిగి ఉండనివ్వండి. వాటిని మీకు భిన్నంగా

ఉండనివ్వండి. వాటిని గందరగోళంగా లేదా అర్థం కానిదిగా ఉండనివ్వండి. ఏమైనప్పటికీ మీరు ప్రజలను అర్థం చేసుకోవాలని ఎవరు చెప్పారు? మీరు ఇప్పటికీ వారి పట్ల కనికరం, ప్రేమను కలిగి ఉండవచ్చు!

అంచనాలను కలిగి ఉండటం అనేది నిరాశకు మూలకంగా ఉంటుంది. ఇతర వ్యక్తుల అంచనాలను కలిగి ఉండటం అనేది తీర్పు కోసం ఎదురుచూపు. మీరు ఎవరిపైనైనా తీర్పు చెప్పేందుకు వెళుతున్నట్లు అనిపిస్తే, క్షణకాలం ఆగి, ఊపిరి పీల్చుకోండి. వారిని అభినందించే విషయం ఒకటి తెలుసుకోండి. బాగానే ఉంది. మీకు బాధ కలిగించే విషయం ఒకటి చెప్పారు. దానికి మీరు స్పందించారు. కానీ మీరు వారి కోసం, మీకు చికాకు కలిగించడం కోసం మాత్రమే చోటు కల్పించగలరా? మీరు ప్రస్తుతం వాటిని గుర్తించి, అభినందిస్తున్న అన్ని విషయాలపై మీ దృష్టిని మరల్చగలరా?

మీరు తీర్పు చెప్పవలసిన వ్యక్తి మీరే అయినప్పుడు

మనం ఇతరులను ఎలా ఎదుర్కొంటామో అదే విధంగా మనల్ని మనం ఎదుర్కొంటాము. మీరు ఇతరులపై ప్రదర్శించే కఠినమైన స్వరాన్ని మీ కోసం వాడగలరా? మీరు మిమ్మల్ని ఎదుర్కొన్నప్పుడు మీ తలలో ఉన్న అదే కఠినమైన స్వరం. స్వీయ విమర్శనాత్మకంగా ఉండటం, తక్కువ ఆత్మగౌరవాన్ని కలిగి ఉండటం, తరచుగా వాస్తవికతకు అంగీకరించకపోవడం, ప్రతిఘటనకు దారితీయటం అనే విషయాలను మనం ఈ పుస్తకం అంతటా చర్చిస్తున్నాము.

మనం ఎవరు అనే వాస్తవికతతో గమనించినప్పుడు మనం ఎవరో అన్నది ఉన్నదున్నట్టుగా అంగీకరించలేము. బదులుగా, మనం అంచనాలు, ఊహలు, వివరణలు, అంతులేని కథలతో దూరంగా ఉంటాము. మనల్ని మనం ఒక మిలియన్ “తప్పక ఉండవలెను” తో పోల్చుకుంటాము. మనల్ని మనం కోరుకుంటాము. ఇది ఆందోళన, అసంతృప్తిని తప్ప మరేమీ సృష్టించదనే విషయంలో రహస్యం లేదు.

తరచుగా, స్వీయ-నిర్ణయానికి స్వీయ-సహాయ ప్రపంచం యొక్క సమాధానం వ్యతిరేక దిశలో వెళ్లడం: “స్వీయ-ప్రేమ.” కానీ వాస్తవానికి, మిమ్మల్ని మీరు ప్రేమించాల్సిన అవసరం లేదు. హమ్మయ్య! ఎంత హాయిగా ఉంది. అన్నింటికంటే, మీరు ఎవరో ప్రశంసించడం, మీరు అద్భుతంగా

ఉన్నారని భావించడం కూడా ఒక విధమైన తీర్పునిస్తుంది. మీకు ఏమి ఉండాలో, మీరు ఎలా ఉండాలో పోల్చి చూస్తున్నారు. అవి చక్కగా సరిపోలుతున్నాయని మీరు తెలుసుకుంటారు. దీని అర్థం మీ గురించి మీరు మంచి అనుభూతిని పొందగలరని అర్థం.

ఇది తాత్కాలికంగా పని చేయగలదు. కానీ చాలా శాశ్వతమైన, గాఢమైన, సంతృప్తికరమైన విధానం ఏమిటంటే, "తప్పక ఉండవలెను" అనే భావన పూర్తిగా వదిలివేయడం. నిజంగా ఉన్నదాన్ని స్వీకరించడం. మీరు సుఖంగా, ప్రశాంతంగా, తృప్తిగా ఉన్నట్లు భావించే ధైర్యం మీకు ఉందా? ఇది ఆత్మవిశ్వాసం లేదా స్వీయ ప్రేమ కంటే లోతైనది. ఒక రోజు మీరు పాడైపోయిన మానసిక స్థితిని కనుగొంటే, మీరు ఎవరో తెలుసుకున్న బాధలో ఉంటే, మీరు ఆ అనుభూతిని స్వీకరించగలరా? మనలో చాలామంది స్వీయ-ప్రేమ, దయ కలిగి ఉండటం మంచి ఆలోచనగా భావిస్తారు. కాని మనం దానిని తర్వాత (మరో చోటు..) కోసం రిజర్వ్ చేస్తాము. నిజానికి మనల్ని మనం అసహ్యించుకుంటున్నట్లు భావించిన క్షణంలో మనం దానిని గుర్తిస్తే, ఏదో సమస్య ఉందని, ఏదో తప్పు జరిగిందని భావించి, వాటన్నింటిని వ్యతిరేకిస్తాము.

కానీ మనం ఆ క్షణాన్ని స్వీకరించినప్పుడు, అంగీకరించినప్పుడు ఏమి జరుగుతుంది - అది ఏమైనప్పటికీ?

మనం కోపంతో, కలత చెందుతున్నట్లయితే? మనం దానిని అంగీకరిస్తున్నాము.

మనం సంతోషంగా, ఆశాజనకంగా ఉంటే? మనం దానిని అంగీకరిస్తున్నాము.

మనం నిర్ణయించుకోలేని పరిస్థితిలో గందరగోళంగా ఉన్నట్లయితే? మనం దానిని అంగీకరిస్తున్నాము.

ఒకవేళ మనం ప్రస్తుతం ఎలా భావిస్తున్నామో దానిని మనం అంగీకరించలేమని భావిస్తే? అయినప్పటికీ మనం దానిని కూడా అంగీకరిస్తాము.

ఆ క్షణంలో ఏది ఉత్పన్నమైనా, అక్కడ మనం ప్రశాంతంగా, అప్రమత్తమైన కరుణతో, ఆసక్తికరమైన శ్రద్ధతో ఉంటాము. అది అంతే. మీ మనస్సు ఇలా చెప్పడం గమనించండి, "ఖచ్చితంగా, ఏదో ఒక రోజు నేను

తమను తాము అంగీకరించే అద్భుతమైన వ్యక్తిని అవుతాను..” చర్యలోకి దిగుతున్న మీ మనస్సును గమనించండి “ఆగండి! ఇది అంత సులభం కాదు. ఇక్కడ ఏదో ఒక సమస్య ఉంది..” మిమ్మల్ని మీరు గమనిస్తూ, యివన్నీ చేయండి, అంగీకరించండి.

తీర్పు మూలాలు: అద్వైతం

తీర్పు గురించి లోతైన మూలాలను, అది సృష్టించే అన్ని ఆందోళన, బాధల గురించి మనకు బోధించడానికి బౌద్ధులు సమర్ధవంతంగా ఉన్నారు. ద్వంద్వత్వం లేని చర్చలు చాలా త్వరగా శుద్ధమైన తాత్వికతను పొందుతాయి. భావనలు సహజంగానే చాలా సరళంగా ఉంటాయి.

యిన్ ఉంది, యాంగ్ ఉంది. ఇక అక్కడ ఏ సమస్య లేదు. (యిన్ యాంగ్ అనేది చైనీయులు నమ్మే ఒక సిద్ధాంతం. దీని ప్రకారం సమస్త సృష్టిలోనూ ప్రాణశక్తి ఉందని వాళ్లు నమ్ముతారు. కేవలం జీవులలోనే కాకుండా వస్తువులలోనూ, పదార్ధాలలోనూ యీ శక్తి ఉంటుందని విశ్వసిస్తారు. దీనిని చైనీయులు నలుపు తెలుపు బొమ్మగా చిత్రిస్తారు. అనువాదకుడు)

ద్వంద్వ ప్రపంచంలో మనం జీవిస్తున్నాము. మంచి, చెడు, పైన, క్రింద, జీవితం, మరణం, నలుపు, తెలుపు ఉన్నాయి. ఈ వ్యతిరేకతలు ఒకదానినొకటి సూచిస్తాయి. అదే సమయంలో ఒకదానిపై మరొకటి ఆధారపడతాయి. దుఃఖం లేకుండా ఆనందం లేదు. ఏదీ ఒంటరిగా ఉండలేదు. కానీ స్థిరంగా, దాని వ్యతిరేకతకు సంబంధించి మారుతూ ఉంటుంది. రాత్రి కాదు కాబట్టి అది పగలని మనకు తెలుసు. కాబట్టి, పగలు, రాత్రి ఒకదానితో ఒకటి ప్రాథమిక, తగ్గించ వీలుగాని సంబంధంలో ఉన్నాయి. ఇహ అక్కడ ఏ సమస్య లేదు.

ఆందోళన, జ్ఞాపకాల పరంపరలో దీని అర్థం ఏమిటి? మనల్ని, ఇతరులను తీర్పు తీర్చుకునే మన ధోరణి గురించి అది మనకు ఏమి చెబుతుంది?

ప్రతి తీర్పు యొక్క ప్రధాన అంశం ద్వంద్వత్వం:

“వారు తప్పు చేసారు” (నేను సరిగ్గా చేసాను).

"ఇది చాలా దురదృష్టకర ప్రమాదం" (ఇది ఉద్దేశపూర్వకంగా లేదా కోరుకున్నదిగానీ కాదు).

"ఈ దుస్తులు నీకు సరిగ్గా సరిపోయాయి" (ఇతరులకు అంత పరిపూర్ణంగా లేవు).

మనస్సు అనేది ఒక కత్తి లాంటిది, ఇది వాస్తవికత యొక్క సంపూర్ణతను రెండు భాగాలుగా చేస్తుంది: 'ఇది' మరియు 'అది'. ఒక వ్యక్తి ఏదైనా చేయడం చూస్తే, మనం దానిని "చెడు" అని పిలుస్తాము. ఆ వ్యక్తి యొక్క చర్యలను మొత్తంగా పక్కన పెట్టాము. ఇప్పుడు ఆ వ్యక్తి చెడ్డ వర్గానికి చెందినవాడు, అంటే మంచి సమూహం నుండి విడిపోయాడు. మన గురించి కూడా మనం ఆ విధంగానే చేసుకుంటాం. మన లోపల ఏదైనా (అనుభూతి, ఆలోచన) కలిగిన తర్వాత, ఉదాహరణకు, అది ఆమోదయోగ్యం కాదని నిర్ణయించుకుంటాము. మన మనస్సు దానిని ఖండిస్తుంది. మనం దానిని మిగిలిన ఆలోచనల నుండి వేరు చేస్తాము. మనస్సు యిచ్చే తీర్పులలో, ఈ కోతలు, విభజనలను సృష్టిస్తుంది. కానీ అదంతా ఒక భ్రమ. విషయం ఎల్లప్పుడూ సంపూర్ణంగా ఉంటుంది.

ప్రతిదీ సంపూర్ణంగా ఉందని మనం మరచిపోయినప్పుడు, మన కరుణను మూసివేసుకోవచ్చు, మన అవగాహనను తగ్గించుకోవచ్చు, శత్రువులను, మనకు వ్యతిరేకులను కనుగొనడం ప్రారంభించవచ్చు. మనమందరం మానవత్వంలో భాగమని చూడటం మానేస్తాము. జాతులుగా, లింగ భేదాలతో, రాజకీయ సమూహాలుగా, దేశాలుగా చూడటం ప్రారంభిస్తాము. మనల్ని మనం పూర్తి, సంక్లిష్టమైన మొత్తంగా చూడటం మానేస్తాము. మంచి భాగాలు, చెడు భాగాలు, బలాలు, బలహీనతలు, గర్వించదగినవి, సిగ్గుపడవలసిన విషయాల సమాహారంగా మనల్ని మనం చూడటం ప్రారంభిస్తాము. ఇలా ముక్కలు ముక్కలుగా రకరకాల అరల్లో పెట్టడం అనేది చాలా చాలా ఒత్తిడితో కూడుకున్నది!

మనం ద్వంద్వత్వంతో జీవిస్తున్నప్పుడు, ప్రతిదీ విడిపోతుంది. మన దగ్గర రెండు సగభాగాలు ఉన్నప్పుడు, ఏ సగం మంచిదో నిర్ణయిస్తాము. దానివల్ల ఆందోళన, నిరుత్సాహం, అర్హత మొదలుగా, "ఇలా ఉండాలి" "తప్పకుండా ఉండాలి" అనే ఆలోచనల్లో పడిపోతాము. మనం అతిగా ఆలోచించే కోతి మనస్సుతో ఉంటాము. మనం ప్రస్తుత క్షణానికి వెలుపల

ఉన్నాము. మనం చుట్టూ అల్లుకున్న కథలతో, జ్ఞాపకాల పరంపరలతో జీవిస్తున్నాము. అందువల్ల సహజంగానే కథకు సమస్య, దాని పక్కనే పరిష్కారం, చెడ్డ వ్యక్తి, ఆ పక్కనే మంచి వ్యక్తి, టీమ్ A, వాళ్లకు ఎదురుగా టీమ్ B ఉంటుంది. లేకపోతే దాని ప్రయోజనం ఏమిటి?

> *ఒక వైపు మనకు ఉన్నాయి:*
> ద్వంద్వత్వం,తీర్పు,కథలు,వర్తమానాన్నిఅంగీకరించకపోవడం, విభజన మరియు ఆందోళన.
>
> *మరోవైపు మనకు ఉన్నాయి:*
> ఏకత్వం, అంగీకారం, ఉన్నదానితో ఉండటం, సంపూర్ణత, సౌలభ్యం మరియు సంతృప్తి.

దీన్ని చైతన్యంలో పెట్టడానికి, ద్వంద్వత్వం నుండి తీర్పు వస్తుందని, ఆ ద్వంద్వత్వం భాష, చిహ్నాలపై ఆధారపడి ఉంటుందని మనం గ్రహించాలి – అంటే, వాస్తవికత మన మనస్సుల్లోకి తీసుకునే "కథ" యొక్క రూపం. మనం మన మనస్సులో ఉంటే, మనం భాషను ఉపయోగిస్తాము. అలాగే, మనం స్థిరంగా ద్వంద్వత్వంతో పని చేస్తాము. మనం మన మనస్సులో లేకుంటే, కేవలం స్వచ్ఛమైన స్పృహతో విశ్రాంతి తీసుకుంటే, అప్పుడు మనం భాష వెలుపల ద్వంద్వత్వంలో ఉండగలుగుతాము.

ధ్వని అనేది కేవలం జెన్ సన్యాసులకు మాత్రమే అర్థమయ్యే విషయంలా అనిపిస్తుంది, నిజమేనా? కృతజ్ఞతాపరంగా, యిక్కడ ద్వంద్వత్వం లేని స్ఫూర్తిని మనమందరం ఆచరించవచ్చు – ముఖ్యంగా మనం తీర్పును ఆవరించి ఉన్న సమస్యలతో పోరాడినట్లయితే. తీర్పు దూరాన్ని, విభజనను, విచ్ఛేదాన్ని సృష్టిస్తుంది. కానీ తీర్పును వదిలిపెట్టడం వలన మనం ఎదుర్కొనే ప్రతిదాని యొక్క ప్రాథమిక స్వభావాన్ని చూడగలుగుతాము: ఇది సంపూర్ణం. అన్నిటికీ అనుసంధానించబడి ఉంటుంది. ఆ పై యిక ఎటువంటి సమస్య లేదు.

ఒక ఉదాహరణ చూద్దాం. మీరు ఒక గాయక బృందంలో చేరారనుకోండి. మీకంటే మిగిలిన వారు బాగా పాడుతున్నారని మీరు తెలుసుకున్నారు. "వాళ్లు మంచి గాయకులు, నేను చెడ్డ గాయకుడిని" అని

మీరు అనుకుంటారు. ఆకస్మికంగా, మీరు ఈ ఇతర వ్యక్తుల నుండి వేరుగా ఉంటారు. ఏదో తప్పు జరిగినట్లు మీకు అనిపిస్తుంది. స్వయంచాలకంగా సమస్య ఉంది. ఈ సమస్యను పరిష్కరించడానికి మీరు ఏదైనా చర్య తీసుకోవాలని మీరు అనుకోవచ్చు. లేదంటే, మీ తీర్పు వేరే విధంగా ఉండవచ్చు. తాగి వాహనం నడిపినందుకు అరెస్టయిన స్నేహితుడి గురించి మీకు తెలిసే ఉంటుంది. మీరేమనుకుంటారంటే "దేవుడా.. ఇది చాలా ఘోరం. నేను ఎప్పుడూ అలాంటి పని చేయను." మళ్ళీ, మీరిచ్చిన తీర్పు కారణంగా ఇప్పుడు మీకు, ఆ స్నేహితుడికీ మధ్య దూరం ఉంది.

తీర్పు మనలో ఆందోళనను సృష్టిస్తుంది. ఎవరైనా వింటున్నారంటే మీరు నిశ్శబ్దంగా, సిగ్గుతో పాడతారు. మీరు అరెస్టు చేయకాబడిన స్నేహితుడిని తప్పించుకుని, ఇతర స్నేహితులతో అతడి గురించి కబుర్లు చెప్పండి. ఏమైనప్పటికీ, ఆందోళన అనేది ఒక భ్రమ. ఎందుకంటే 'విడివడటం' అనేది కూడా ఒక భ్రమ. నిజానికి "మంచి గాయకులు" "చెడ్డ గాయకులు" లేరు – ఈ వర్గాలు మన మనస్సులో మాత్రమే ఉన్నాయి. చాలామంది ప్రజలు దీనితో వాదిస్తారని నేను ఖచ్చితంగా అనుకుంటున్నాను, అయితే ఎంతమంది ప్రసిద్ధ గాయకులకు గంభీరమైన స్వరాలు ఉన్నాయి! మీరు ఇష్టపడే సంగీతకారుడుని మరొకడు అపహాస్యం చేయవచ్చు. ఈ రోజు "మంచి గాయకులు" మరో రోజుకి "చెడ్డ గాయకులు"గా మారవచ్చు. అటునుంచి యిటుకి కూడా మారే అవకాశం ఉంది.

మంచి, చెడుల యొక్క మన సాధారణ విభజనతో మన ముందున్న అన్ని ఇతర ఛాయలు, రంగులను కూడా విస్మరించాము. మనం పరిస్థితి నుండి స్వల్పభేదాన్ని, కోణాన్ని తొలగించాము. దానికి ప్రత్యేకమైన ముద్రను వేసాము. (మళ్లీ CEO గా నటిస్తున్నాము!). ఇతరులు కూడా మనలాగే ఉంటారనే వాస్తవాన్ని మనం విస్మరిస్తాము – మనం వేరొకరిలో తేజస్సును చూస్తే, మనలో కూడా ప్రకాశం ఉంటుంది. మనం ఇతరులలో క్రూరత్వాన్ని లేదా మూర్ఖత్వాన్ని చూస్తే, అది మనలో కూడా ఉంటుంది. రెండు నాణేలు ఉండవని, ఒక నాణానికి రెండు ముఖాలు ఉంటాయని గుర్తుంచుకోండి. మంచి, చెడు వ్యక్తీకరణలతో మంచి, చెడు వ్యక్తులు లేరు, కేవలం వ్యక్తులు మాత్రమే ఉన్నారు. మీరు దీన్ని నిజంగా అభినందించగలిగినప్పుడు, మీరు స్థిరమైన, ఉపరితల పాత్రల నుండి మీరు బయట పడతారు. మీరు

ఆందోళన నుండి విముక్తి పొందుతారు. మీరు ఒక వ్యక్తిగా–పూర్తి వ్యక్తిగా మారతారు–ఈ క్షణంలో జీవిస్తారు. ముఖ్యంగా, మీరు ఇతరులను కూడా సంపూర్ణంగా అనుమతించండి. అక్కడ ఏ సమస్య లేదు.

వ్యతిరేకతలు సంఘర్షణలో లేవని గుర్తుంచుకోండి – దానికి బదులుగా, అవి ఒకదానిపై ఒకటి ఆధారపడతాయి. పెరుగుట విరుగుట కొరకే. తప్పు చేసిన వాళ్లు పాఠం నేర్చుకోవలసిందే. ఆకలి వేసిన వాడే నిండుగా తిన గలుగుతాడు. మీరు ఒక అనుభవశూన్యుడైన గాయకుడిగా ఉంటే, మీరు "చెడ్డ గాయకుడిగా" ఉండటం అనేది సంక్లిష్టంగా ముగుస్తున్న ఒక ఎపిసోడ్ అని మీరు ఊహించవచ్చు. బహుశా మీరు ఇప్పుడు అభ్యాసం చేయడానికి, "మంచి గాయకుడు" గా తయారయ్యేందుకు అవకాశం ఉంది. ఎంత చెడ్డ గాయకుడని మీరు తీవ్రంగా భావించకపోతే బహుశా మీరు అంత మంచి గాయకుడిగా మారలేరు! కాబట్టి, తేడా అనేది ఉంది, అయితే ఇది తప్పనిసరిగా వైరుధ్యం కాదు. వ్యతిరేకతలు అనేవి సంబంధంలో ఉన్నాయి, అంత మాత్రం చేత అది యుద్ధం కాదు.

మీరు ఒక విధంగా 'చెడ్డ గాయకుడు' 'మంచి గాయకుడు' కూడా. మీరు తీర్పు, ప్రతిఘటనతో అడుగుపెడితే, ఆ క్షణంలో మీ గానం పరిష్కరించడానికి సమస్యగా మారుతుంది. అర్థం చేసుకోవడానికి ఒక లాలిపాటలా, సంచలనమైన ప్రతిఘటనగా మారుతుంది. మీరు ఈ క్షణంలో ఆసక్తిగా వుండి, అంగీకరించినట్లయితే, అది మీరు పాడే విధానం మాత్రమే, అది సరిగ్గా సరిపోతుంది.

తీర్పు, ద్వంద్వత్వం లేకుండా వుంటే, మీరు మీ స్నేహితుడిని చూసి ఇలా అనుకుంటారు, "ప్రతి ఒక్కడూ ఇంతకు ముందు గర్వించని పనిని చేసారు. మరో జన్మలో, మద్యం సేవించి డ్రైవింగ్ చేసేవాడెల ఉంటాడో చూడాలి" మీరు, మీ స్నేహితుడు ప్రస్తుతం ఒకరికొకరు భిన్నంగా ఉన్నందున, సమస్య ఉందని అర్థం కాదు. అది మీరు ప్రతిస్పందించడం, తీర్పు చెప్పడం, కథనాన్ని రూపొందించడం అవసరం అని మీరు గ్రహించారు. మంచి వ్యక్తులు చెడ్డ పనులు చేయగలరని, చెడ్డ వ్యక్తులు మంచి పనులు చేయగలరని మీరు గ్రహించారు. వాస్తవంలో ప్రస్తుత క్షణం, నిరంతరం మనం ఎలా ఉండాలో అనే కథనంతో మారుతూ, ప్రవహిస్తూనే ఉంటుంది – దానికి అంతరాయం కలిగించడానికి మనం ఎవరు? 'ఎలా ఉండాలి' అని మనం అనుకుంటామో, దానికి సంబంధించిన చిన్న కథ చూద్దాం.

> ఒక రైతు కొడుకు ఒక రోజున అజాగ్రత్తగా ఉన్నాడు. గుర్రపుశాల తలుపులు తీసి ఉంచాడు. ఒక గుర్రం పారిపోయింది. "ఎంత దురదృష్టం!" అంటాడు కొడుకు.
>
> "కావచ్చు, కాకపోవచ్చు"అంటాడు రైతు.
>
> మరుసటి రోజు గుర్రం తిరిగి వస్తుంది. దానిని అనుసరించి మరొక గుర్రం కూడా వచ్చింది. ఇప్పుడు రెండు గుర్రాలు ఉన్నాయి. "ఎంత అదృష్టం!" అంటాడు కొడుకు.
>
> "కావచ్చు, కాకపోవచ్చు" అంటాడు రైతు.
>
> మరుసటి రోజు కొత్త గుర్రం రైతు కొడుకును కాలితో తన్ని గాయపరిచింది. "నేను చాలా దురదృష్టవంతుడిని!" అంటాడు కొడుకు.
>
> "కావచ్చు, కాకపోవచ్చు" అంటాడు రైతు.
>
> మరుసటి రోజు దేశంలో యుద్ధం ప్రారంభమవుతుంది. యువకులందరినీ సైన్యంలో చేరుస్తున్నారు. రైతు కొడుకు గాయపడినందున అతడిని సైన్యంలోకి తీసుకోరు. రైతు కొడుకు సంతోషపడి, "నేనే అదృష్టవంతుడిని!" అంటాడు.
>
> "కావచ్చు, కాకపోవచ్చు" అంటాడు రైతు.

మనం తీర్పు చెప్పినప్పుడు, కాల ప్రవాహం నుండి మనల్ని మనం కత్తిరించుకుంటాము. ఒక సంఘటనను లేదా జరుగుతున్న సంఘటనలను వేరు చేసి, మన ప్రకటనలను చేస్తూ, దానిని వేరుగా చూస్తాము. అయితే ఆ సంఘటన జరగడంలో ఎలాంటి పాత్ర పోషిస్తుందో చెప్పడానికి మనం ఎవరు? ఏది హీనమైనది, ఏది ఉన్నతమైనది, ఏది మంచి ఫలితం, ఏది చెడు ఫలితం అనే మన ఆలోచనలకు కట్టుబడి ఉంటాము. అయితే, మనం కూడా కాలానుగుణంగా మన మనస్సులను మార్చుకుంటాము. "అప్పట్లో, నేను విడాకులు తీసుకోవడం నరకం, కానీ తిరిగి చూస్తే అది నాకు జరిగిన గొప్ప మేలు" అని ఎవరైనా చెప్పడం మీరు ఎప్పుడైనా విన్నారా?

మనం కంచెలో రంధ్రం ద్వారా ప్రవేశిస్తున్న పిల్లిని చూసినప్పుడు, ముందుగా మనకు ఒక తల, తరువాత శరీరం, ఆపై తోక, ఒకదాని తర్వాత ఒకటి కనిపిస్తుంది. తోక శరీరాన్ని అనుసరించిందని, శరీరం తోకను అనుసరించిందని మన అనుభవపూర్వకంగా తెలుస్తుంది. మనం విడివిడిగా అన్ని భాగాలను చూస్తాము. కానీ అది నిజంగా, ఒకే ఒక్క, పిల్లి. అంతా ఒకేసారి జరుగుతుంది. మన సంకుచిత దృష్టి మాత్రమే పిల్లి విభజించబడినట్లుగా కనిపిస్తుంది. అది నిజానికి ఒక వరుస కథనం.

మనం కొన్ని విషయాలను మంచి లేదా చెడు అని చూసినప్పుడు, మనం కూడా అదే విధంగా వాస్తవికతను విభజిస్తాము. నొప్పి చెడ్డదని, ఆనందం మంచిదని అనుకుంటాం. కానీ ప్రసవం సంతోషకరమైన నొప్పి కాదా? అలాగే హెరాయిన్ తీసుకోవడం చెడు రకమైన ఆనందం కాదా? "మంచి" లేదా "చెడు" అనేది నిజంగా మన చుట్టూ ఉన్న ధనిక, చైతన్యవంతమైన, పూర్తి ప్రపంచం యొక్క సహజ లక్షణమా లేదా అది కేవలం మనం రూపొందించిన పదమా, కేవలం ఒక చిహ్నమా, మనకు మనం చెప్పుకునే కథనా?

అభ్యాసం 1: "నేను అక్కడికి వెళ్తాను..."

ద్వంద్వత్వం గురించి మాట్లాడటం కంటే అనుభవించడమే ఉత్తమమైన విషయం. ప్రస్తుత క్షణం యొక్క లోతైన అనుసంధానం, సంపూర్ణతను అనుభూతి చెందడానికి, మీకు నచ్చినప్పుడల్లా చేసేందుకు ఒక అభ్యాసం ఇక్కడ ఉంది. మీరు ఒకసారి ప్రయత్నించిన తర్వాత, తీర్పు చెప్పే ధోరణి తగ్గుతుందని మీరు భావిస్తే కొనసాగించండి. తక్కువ టెన్షన్, ఒత్తిడి, ఆందోళన, బాధ అనిపిస్తే కూడా దానిని గమనించండి. మీరు అలా చేసినట్లయితే, మీ గురించి లేదా ఇతరుల గురించి మీరు చెప్పే తీర్పు కథనాల ఊహల్లో చిక్కుకున్నట్లు మీరు భావించినప్పుడు ఈ అభ్యాసం మీకు సరైన సాధనం కావచ్చు.

ఈ అభ్యాసాన్ని "నేను అక్కడకు వెళతాను." అని అంటారు.

మీరు వ్యక్తులను క్షణంపాటు గమనించగలిగే నిర్దిష్టమైనచోటును వెతికి పెట్టుకోండి. (వాస్తవానికి అనుకూలంగా ఉండేది). మీరు ఒక కేఫ్‌లో

కూర్చోవచ్చు, విమానాశ్రయం, సూపర్‌మార్కెట్‌లో ప్రజలను చూడగలిగే వీలున్న చోట. మీ మనస్సు మృదువుగా, తేటతెల్లంగా ఉంచి, మీ చుట్టూ ఉన్నవారిని గమనించండి. ఎవరైనా మీ దృష్టిని ఆకర్షించినట్లయితే, ఆపై వారిని నిశితంగా గమనించండి. మీరు నిర్ధారించడానికి లేదా కథనాలను చెప్పడానికి ఇష్టపడే లక్షణం కూడా కావచ్చు. ఒక క్రోధస్వభావం గల వృద్ధురాలు తన బండిని సూపర్‌మార్కెట్ నడవల్లోకి నెట్టడం మీరు గమనించారని అనుకుందాం. మీకు మీరే ఇలా చెప్పుకోండి, "నేను అక్కడికి వెళుతున్నాను, ఒక క్రోధస్వభావం గల వృద్ధురాలు నా బండిని తోసుకుంటూ వెళుతోంది". కాసేపు కొనసాగించండి, కానీ అవతలి వ్యక్తిలో మీరు చూసే వాటిని మీకు ఆపాదించుకోండి. "నా మోకాలు విపరీతంగా బాధిస్తోంది. నేను వృద్ధురాలిని. అందుకే చిరాకులో ఉంటాను. కొన్నిసార్లు ఇతరులతో అసభ్యంగా ప్రవర్తిస్తాను"

ఈ అభ్యాసాన్ని ఎక్కువమంది వ్యక్తులతో చేయండి. ఈ విషయాలను మీకు ఆపాదించడం ఎలా అనిపిస్తుందో గమనించండి.

> "నేను అక్కడకు వెళ్ళాను, సంతోషంగా ఉన్న పసిబిడ్డ, మా అమ్మ చేతిని పట్టుకుంది"
>
> "నేను అక్కడకు వెళ్లాను, ఎరుపు రంగు దుస్తులు ధరించిన ఒక అందమైన అమ్మాయి. నా బూట్లు నిజంగా అసౌకర్యంగా ఉన్నాయి."
>
> "నేను అక్కడకు వెళ్లాను, ఒక షాప్ అసిస్టెంట్ దగ్గరకు. నేను నా ఉద్యోగంతో విసిగిపోయాను. ఇప్పుడు నా భోజన విరామం కోసం ఎదురు చూస్తున్నాను."

ఈ అభ్యాసం యొక్క ప్రయోజనం ఏమిటి? ప్రయత్నించి చూడండి.

మనం తీర్పు చెబుతున్నప్పుడు, ప్రపంచాన్ని విభజిస్తాము, విలువలతో తీర్పులు చేస్తాము. ఈ అభ్యాసంతో, మనం దానికి విరుద్ధంగా చేస్తున్నాము. మనం ఇతరులతో బంధాన్ని, సారూప్యతను కోరుతున్నాము. ఇది తీర్పు, విమర్శలను తక్షణమే రద్దు చేస్తుంది. మనం ముక్కలు ముక్కలుగా కాకుండా 'క్షణం' యొక్క సంపూర్ణతను అనుభవిస్తున్నాము. మీరు ముప్పై ఏళ్ల ఉత్తర

అమెరికాకు చెందిన మగవారైతే, అరవై ఏళ్ల వయసు, ఇద్దరు పిల్లలుగల భారతీయ తల్లితో మీకు పెద్దగా సారూప్యత ఉండకపోవచ్చు. కనీసం పైపైన వరకూ. కానీ మీరు కనికరంతోనూ, ఉత్సుకతతోనూ ఆమె ప్రపంచంలో మమేకమైనప్పుడు, ఆమెతో మీరు అనుకున్నదానికంటే చాలా ఎక్కువ ఉమ్మడి సారూప్యతలు ఉన్నట్లు మీరు గమనించవచ్చు.

మీ మాదిరిగానే ఆమె కూడా కష్టాలు, ఇబ్బందులు పడింది. మీలాగే ఆమె తన కుటుంబాన్ని ప్రేమిస్తుందని మీకు తెలుసు. ఆమెకు అనేక విభిన్న పార్శ్వాలు, లోపాలు, బలహీనతలు ఉన్నప్పటికీ, అందమైన రూపంతో మానవ జన్మ ఎత్తడం ప్రత్యేకంగా చూడవచ్చు.. మీ లాగా!

ఈ అభ్యాసం ఇతరులకు మాత్రమే కాదు, మీ కోసం కూడా తీర్పును రద్దు చేస్తుంది. కాలక్రమేణా, మీరు ప్రపంచంలోని అనేక రంగుల, సంక్లిష్టమైన, అద్భుతమైన పౌరులలో ఒకరిగా, జీవితం అని పిలువబడే అనంత ప్రయాణంలో విలువైన, ఆసక్తికరమైన ఆటగాళ్లలో ఒకరిగా, కరుణ, గౌరవం, అవగాహనకు అర్హులైన వ్యక్తిగా మిమ్మల్ని మీరు చూసుకోవచ్చు.

అభ్యాసం 2: "మరియు" అనే పదం యొక్క మాయా శక్తి

ద్వంద్వత్వం భాష విభజనపై పనిచేస్తుంది. ఇది 'ఈ విషయాన్ని' 'ఆ విషయానికి' వ్యతిరేకంగా ఏర్పాటు చేస్తుంది. వేరొక భాషని ఉపయోగించడం ద్వారా మెల్లగా ఈ ఆలోచన నుండి బయటపడండి. అంటే, చేర్చడం, కూర్చడం, సంపూర్ణత. మీరు "కానీ, అయితే" అనే పదాలను ఉపయోగించాలని అనుకున్నప్పుడు, ఇతరులకు వ్యతిరేకంగా కొంతమంది వ్యక్తుల ఆలోచనలను గమనించండి. మీలోని అంశాల కోసం మీరు దీన్ని చేసినప్పుడు, కొన్ని భాగాలు మంచివి, కానీ కొన్ని భాగాలు చెడ్డవిగా అనిపిస్తాయి. అలాంటప్పుడు మీరు "మరియు" అనే మాంత్రిక పదంతో దాన్ని భర్తీ చేయడం ద్వారా మీ మనస్సులోని ఆ ఉద్రిక్తతను సడలించడానికి ప్రయత్నించండి. ఇక్కడ కొన్ని ఉదాహరణలు ఉన్నాయి.

"నాకు వంట చేయడం అంటే చాలా ఇష్టం, కానీ నాకు బేకింగ్ గురించి ఏమీ తెలియదు" అంటే "నాకు వంట చేయడం అంటే చాలా ఇష్టం మరియు

నాకు బేకింగ్ గురించి తక్కువ అవగాహన ఉంది." తేడా చూడండి? ఇది సూక్ష్మంగా ఉంటుంది. కానీ "మరియు" ఈ రెండు లక్షణాలను ఒకదానికొకటి వ్యతిరేకంగా ఉంచకుండా, సమస్య లేని ప్రదేశంలో ఉంచుతుంది.

"మనం రేపు వెళ్లాలని మీరు అనుకుంటున్నారు, కానీ నేను అంగీకరించలేదు" "మనం రేపు వెళ్లాలని మీరు అనుకుంటున్నారు, మరియు ఈరోజు మంచిదని నేను భావిస్తున్నాను." ఇప్పటికీ చిన్న తేడా ఉంది. కానీ ఏదో ఒకవిధంగా తక్కువ సంఘర్షణ ఉంది.

"గత రాత్రి మా డేటింగ్ లో అతను మొదటి అడుగు వేయాలని నేను నిజంగా కోరుకున్నాను, కానీ అతను చాలా సిగ్గుపడ్డాడు!" "అతను మొదటి అడుగు వేయాలని నేను నిజంగా కోరుకున్నాను, మరియు అతను నిజంగా సిగ్గుపడ్డాడు, బిడియంతో ఉన్నాడు" ఇప్పుడు ఆత్రుత, సిగ్గు మధ్య ఎటువంటి సమస్య లేదు. అవి కేవలం రెండు విషయాలుగా కలిసి జరుగుతున్నాయి.

ఈ సారాంశాన్ని సంగ్రహించడానికి మీరు "మరియు" అనే పదాన్ని వాస్తవానికి ఉపయోగించాల్సిన అవసరం లేదు. కాలక్రమేణా, విభజనను సృష్టించడానికి మీరు భాషను ఉపయోగించే అన్ని మార్గాలకు మీరు మీ చెవులను అప్పగించవచ్చు. దానికి బదులు తీర్పు, ర్యాంకింగ్, వ్యాఖ్యానం, "తప్పక" అనేది లేకుండా సంపూర్ణతను వ్యక్తీకరించేందుకు, వైరుధ్యాలు ఉండేందుకు తగినంత స్థలాన్ని కల్పించే పదాలను ఉపయోగించడాన్ని ఎంచుకోవచ్చు.

ఉదాహరణకు, డబ్బు కోసం నిరంతరం కష్టపడుతున్నప్పటికీ, తన ఐదవ బిడ్డను ప్రసవించిన స్నేహితురాలిని మీరు తీర్పుగా భావించినప్పుడు గమనించండి. ఈ న్యాయమైన, ఉన్నతమైన, విమర్శనాత్మక భావన ఎక్కడ నుండి వస్తుంది? అంతరంగంలోకి చూడండి. మీరు విభజనలను చేసారని మీకే అర్థమవుతుంది. మంచి తల్లులు వర్సెస్ చెడ్డ తల్లులు, ధనవంతులు వర్సెస్ పేదలు, తెలివైన వ్యక్తులు వర్సెస్ ఇడియట్స్, ఇంకా ఇంకా ఇంకా... ఇప్పుడు, మీరు మీ కథ లేదా వివరణ లేదా తీర్పు లేకుండా ఆ వ్యత్యాసాలను అనుమతించగలరో లేదో చూడండి. మీ స్నేహితురాలు కష్టాల్లో ఉంది. ఆమెకు ఇప్పుడు ఐదుగురు పిల్లలు. అంతే. అక్కడ ఏ సమస్య లేదు.

ఆమె పరిస్థితికి (మీది కూడా!) విలువను జోడించాల్సిన మీ అవసరాన్ని తీసివేయండి. ఆమె ఏమిటో ఆమెనే చూడండి. ఆమె కష్టాల్లో ఉంది. ఆమెకు

ఐదుగురు పిల్లలు ఉన్నారు. దానికి వ్యతిరేకంగా మీరు యుద్ధం చేయాల్సిన అవసరం ఉందా? వాస్తవానికి, ఈ రెండు స్థానాలు మీరు మొదట్లో అనుకున్నంత వైరుధ్యంలో లేవని మీరు దానిని సమర్థవంతంగా ఎలా కనుగొనగలరు? మీ అహంతో తొందరపడి మంచి చెడుల గురించి ప్రకటించాల్సిన అవసరం లేదు, చేయటమో, చేయకుండా ఉండటమో. అంతే..?

"ఈవిడ నా స్నేహితురాలు, నేను ఆమెను ముక్కలుగా ప్రేమిస్తున్నాను. ఆమె దగ్గర రెండు పైసలు లేవు. కానీ తనకు ఐదవ బిడ్డను ఆశిస్తుంది. ఎంత పిచ్చి! కానీ ఈ ప్రపంచంలో ఆమె లాంటి వారు ఎవరూ లేరు. నేను ఆ ఎంపికలు చేయనప్పటికీ, ఆమె గొప్పగా చేసింది. అందువల్ల, నేను ఆమెను ప్రేమిస్తున్నాను!"

తీర్పులు చేయకుండా ఉండటం అనేది "బ్రతుకు, బ్రతికించు" కంటే చాలా ఎక్కువ. వాస్తవానికి, మీరు ఎవరినీ 'ఏమీ' చేయనవసరం లేదు. వాస్తవానికి దేనికీ మీ అనుమతి లేదా ఆమోదం అవసరం లేదు. అది ఉపశమనం కాదా? మీరు "రియాలిటీ-పోలీస్" ప్లే చేయనప్పుడు ఆ క్షణాన్ని అభినందించడం చాలా సులభం కాదా? చల్లగా, ప్రశాంతంగా, నెమ్మదిగా, నిర్మలంగా మీతో పూర్తిగా శాంతిగా ఉండడానికి రహస్యం ఇది: వాస్తవికత అదే అని విశ్వసించవచ్చు. మనం చేయవలసిందల్లా ఈ క్షణానికి ఊపిరి పీల్చుకోవడం. మనం ఉన్నట్లే ఉండటం. అంతే!

ముఖ్యమైన విషయాలు

- ఆందోళన, అతిగా ఆలోచించడం అనేవి తరచుగా అంచనా వేసుకునే ధోరణి నుండి వస్తుంది. అంచనా వేయడం అనేది మనల్ని మనం కావచ్చు, ఇతరులను కావచ్చు, పరిస్థితులను కావచ్చు. అలాగే జీవితాన్ని నలుపు-తెలుపు అని ముద్రలు వేయడం, విమర్శించడం, ఉపయోగించుకోవడం వంటివి మనం తగ్గించుకోగలిగితే, సమాంతరంగా అవతలి వాళ్లు కూడా వాళ్ళ ఆలోచనను తగ్గించగలిగితే, అప్పుడు ఉద్రిక్తత, ఆందోళనలను తగ్గించవచ్చు. కరుణ గుణాన్ని, అంగీకరించే సామర్థ్యాన్ని పెంచుకోవచ్చు.

- తీర్పుల ధోరణి తక్కువగా ఉండాలంటే, మన జ్ఞాపకాలు, కథలు, వివరణలు, అవతలి వారి గురించిన తీర్పులకు అంటుకుపోకుండా, ప్రజలు (మనతో సహా) నిజంగా ఎలా ఉన్నారనే దానిపై దృష్టి పెట్టవచ్చు. తాత్కాలికమైన ప్రవర్తన వ్యక్తుల సంపూర్ణమైన, మార్పులేని ప్రవర్తనతో సమానం కాదు!
- మనలో వున్న తీర్పుల గుణనిర్ణయాత్మక అంతర్గత కథనాలను వదిలివేయడానికి, మన దృష్టిని "కేవలం వాస్తవాలు" వైపుకు మళ్లించవచ్చు. తీర్పు, విభజన భాష లేకుండా, సంఘర్షణ లేదని, ఉన్నదానితో యుద్ధానికి వెళ్లవలసిన అవసరం లేదని గ్రహించవచ్చు.
- ఊహించవద్దు, అర్థం చేసుకోవద్దు, ఆశించవద్దు, మనస్సుతో చదవవద్దు. అందుకు బదులుగా, ఆ 'క్షణం'లో ఉండండి. ఆ క్షణాన్ని ఉన్నది ఉన్నట్లుగా గ్రహించండి.
- మనలో చాలామంది వాళ్లపై వాళ్లు తీర్పు యిచ్చుకుంటారు. ఎందుకంటే మనం 'ఎలా ఉండాలో' 'ఎలా ఉందో' అనే భావాల మధ్య పోలికలు తెస్తాము. స్వీయ-అంగీకారం, ప్రశాంతతకు కీలకం ఏమిటంటే, మన ఆదర్శ స్వభావాన్ని గ్రహించినప్పుడు, దానితో సరిపోని స్వీయ స్వభావానికి బదులుగా, ఆదర్శ స్వీయతను వదిలివేసి, మనం వాస్తవంగా ఎలా ఉన్నామో దానిని అంగీకరించడం. మనం గమనించవచ్చు, అది ఏమైనప్పటికీ, మన అనుభవానికి చోటు కల్పించవచ్చు. ఇది సాధించిన విజయం, అహం, ఆత్మగౌరవానికి మించిన గాఢమైన ప్రశాంతతనూ, విశ్వాసాన్ని తెస్తుంది.
- ద్వంద్వత్వం లేని బౌద్ధ భావన ప్రకారం బాధ అనేది వాస్తవికత యొక్క భ్రాంతికరమైన విభజన. ఆ విభజన నుండి దుఃఖం వస్తుందని బోధిస్తుంది. ఇది వ్యతిరేకతలను కలిగి ఉన్నప్పటికీ, దానితో అది యుద్ధం చేయదు. జీవితంలోని ప్రతిదాని యొక్క సంపూర్ణతను, అనుసంధానాన్ని మనం అభినందించినప్పుడు, తీర్పు చెప్పేందుకు ఎక్కువ ఉత్సాహం చూపించలేము. మంచి, చెడు వర్గాలుగా విభజించడానికి మనం తక్కువ

ప్రాముఖ్యత యిస్తాము. ప్రతిఘటన లేదా సమస్య-పరిష్కార విధానంలోకి వెళ్లకుండా వ్యత్యాసం, అనిశ్చితిని మనం గట్టిగా "పట్టుకోగలము".

- మనకి మనమే తీర్పును యిచ్చుకుంటున్నట్లయితే, తక్కువ విభజన భాషను ఉపయోగించడం ద్వారా, మనకు వ్యతిరేకంగా నటిస్తున్న వ్యక్తుల మధ్య సారూప్యతలను చురుకుగా అన్వేషించడం ద్వారా దానిని రద్దు చేయవచ్చు.

అధ్యాయాల సారాంశం

అధ్యాయం 1: అంతా మన దృక్కోణంలో ఉంది

- ఆత్రుత, ఆందోళనతో ఉన్నవారికి, అవి లేనివారికి మధ్య అతిపెద్ద వ్యత్యాసం అనుకూల ఆలోచన మరియు ప్రతికూల ఆలోచనల మధ్య వ్యత్యాసం కావచ్చు. చురుగ్గా ఉండటం అంటే, మీ జీవితానికి మీరు బాధ్యత వహించే దృక్పథాన్ని కలిగి ఉండటం. ఇతరులు సృష్టించిన పరిస్థితులకు ప్రతిస్పందించడం కంటే మీరు మీ ఇష్టానుసారం పరిస్థితులను సృష్టించడం.
- ఈ ఆలోచనా విధానాన్ని మార్చడానికి అనేక మార్గాలు ఉన్నాయి. ముందుగా, చర్య తీసుకోకుండా ఇతరులను నిందించడం, పరిస్థితులపై ఫిర్యాదు చేయడం విరమించుకోవడం వంటి పనులకు కట్టుబడి ఉండండి. మీరు నిష్క్రియాత్మకంగా ఇతరులపై ఏడ్వడం, ఆగ్రహం వ్యక్తం చేయడంకంటే, "నా పరిస్థితిని మార్చుకునేందుకు నేను వ్యక్తిగతంగా ఏ చర్య తీసుకోగలను?" అని ఆలోచించండి.
- మార్పు, కష్టం అనివార్యం. అయినప్పటికీ, మన మార్గంలో జరగని విషయాలలో మనం దిగాలుగా కూరుకుపోవడం కంటే సరళంగా, సృజనాత్మకంగా, పరిష్కార ఆధారితంగా ఉండటం సాధన చేయవచ్చు. ఇది ఆందోళనను తగ్గిస్తుంది.
- మనం పగటి కలలు కనడం, "ఏదో ఒక రోజు", "అలా అయినట్లయితే" అనుకోవడం వదిలిపెట్టినపుడు మనం మరింత

చురుగ్గా క్రియాశీలకంగా ఉండగలము. మనల్ని మనం శక్తివంతం చేసుకోవడానికి స్ఫూర్తితో కూడిన చర్య తీసుకోవచ్చు.

- ప్రశాంతమైన, చురుకైన మనస్తత్వాన్ని పొందడానికి, మనం ఏవైనా బలమైన భావోద్వేగాలు, ఆలోచనల మధ్య కొంత దూరం ఉంచడం సాధన చేయవచ్చు. మానసిక దూరంతో, మనం విస్తృత దృక్పథాన్ని పొందుతాము. మన ఆలోచనలను, ఆలోచనల మాదిరిగా చైతన్యపరుచుకోవడానికి మనల్ని మనం శక్తివంతం చేసుకుంటాము. తద్వారా చైతన్యంగా ఎంచుకోవడానికి అవకాశం ఉంటుంది. ప్రాదేశిక, తాత్కాలిక, ఊహాత్మక దూరాన్ని సృష్టించడం ద్వారా, మనం ఇకపై జరిగే బాహ్య సంఘటనల దయాదాక్షిణ్యాలపై ఆధారపడి ఉండము. అయితే అదే సమయంలో అంతర్గత నియంత్రణను కలిగి ఉంటాము.
- మన ఊహలు మనకు అవసరమైన దూరం, స్పష్టతను పొందడంలో కూడా సహాయపడతాయి. ఒక సమస్యపై తాజా దృక్పథాన్ని ఆలోచించమని మీ స్నేహితుడికి సలహా ఇస్తున్నట్లుగా మీరు ఊహించుకోవచ్చు. ఇతర అవకాశాలను, ప్రత్యామ్నాయాలను అలరించడానికి మీరు మరొక సంస్కరణను కూడా చూడవచ్చు. చివరగా, మీరు పునః నిర్మాణ అవగాహనలను అభ్యసించవచ్చు. ఆ అవగాహనకు ఎలాంటి కథనాలు, విలువల నిర్ణయాలు, ప్రతిఘటనను జోడించకుండా మీరు ఎలా ఆలోచిస్తున్నారో, అనుభూతి చెందుతున్నారో గమనించవచ్చు. ఇది ఒక్కటే ప్రశాంతతను తెస్తుంది. ఆ క్షణంలోనే ఒక కొత్త దృక్పథం కోసం దారులు ఏర్పరుస్తుంది.

అధ్యాయం 2: రంగులరాట్నం నుండి అడుగు బయటపెట్టడం

- ఆందోళన, జ్ఞాపకాల వలయం, అతిగా ఆలోచనల విషయానికి వస్తే, ACT మోడల్‌లో వివరించిన విధంగా, ఈ క్షణంలో నిర్దిష్ట చర్యకు కట్టుబడి ఉంటే, ధ్యానం, ఏకాగ్రత పద్ధతులు సహాయపడతాయి. యాక్షన్ కమిట్‌మెంట్ థెరపీలో (ACT), మనం నియంత్రించలేని వాటిని అంగీకరిస్తాము. మన వ్యక్తిగత విలువలకు అనుగుణంగా, మన జీవితాలను మెరుగుపరచుకోవడానికి మనం చేయగలిగిన వాటిని మార్చడానికి చర్య తీసుకోవడానికి కట్టుబడి ఉంటాము.
- ACTలో, ఆందోళన అనేది తరచుగా అనుభవపూర్వకంగా తప్పుకోవడం గురించి ఉంటుంది. దీనిని మనం ఆరు ప్రధాన సూత్రాలను ఉపయోగించి ఎదుర్కోవచ్చు.
- మొదటిది, తీర్పు, వివరణ, ప్రతిఘటన, ఎలాంటి కథనం లేకుండా వాస్తవంలో వర్తమానాన్ని అంగీకరించడం. కానీ 'ఇప్పుడు' జరుగుతున్న దాని గురించి, చైతన్యంతో అప్రమత్తంగా, ఉత్సుకతతో ఉండాలి.
- రెండవది అభిజ్ఞాత విముఖత. ఇక్కడ మనం 'వాస్తవికత' గురించి మన ఆలోచనలను 'వాస్తవికత' నుండి వేరు చేస్తాము. మనం మన ఆలోచనలను, ఆలోచనలుగా అంగీకరిస్తాము. కాబట్టి వాటిలో చిక్కుకుపోకుండా ఉంటాము. మూడవది అంగీకారం: ఇక్కడ మనం వాదించకుండా వాస్తవికతను స్వాగతిస్తాము, అంగీకరిస్తాము. మనం అంగీకరించడం, క్షమించడం అవసరం లేదు. కేవలం గమనించటం మాత్రమే. మన ఆలోచనలపై స్పృహతో కూడిన "మెటా" దృక్పథాన్ని కలిగి ఉండటానికి మనం నాల్గవ భావనను, స్వీయ పరిశీలనను ఉపయోగిస్తాము. ఒక భాగం అనుభవాన్ని కలిగి ఉండటం, మరో భాగం మనకు కలిగిన ఆ అనుభవాన్ని గమనించడం.

- ఐదవది మన విలువలు, సూత్రాలను కనుగొనడం, తద్వారా మన ఆలోచనలను సందర్భోచితంగా ఉంచడం. గమనించే వ్యక్తి ఆలోచనలను అంచనా వేయగలడు. వాటిని మన విలువలతో పోల్చవచ్చు, తద్వారా మనం ఆరవ సూత్రాన్ని అమలు చేయగలము – చేతన, ప్రేరేపిత చర్య తీసుకోండి.
- సంక్షిప్త పదం 'ACT' మన సహాయపడుతుంది: ప్రస్తుత క్షణంలో మీ అంతర్గత అనుభవాన్ని అంగీకరించండి. విలువైన దిశను ఎంచుకోండి. ఆ దిశలో చర్య తీసుకోండి. ఇది ఆందోళననూ, అతిగా ఆలోచించడం తగ్గిస్తుంది.
- ఆందోళనతో కూడిన జ్ఞాపకాల వలయాలను అధిగమించడం అంటే దానిని గుర్తించడం నేర్చుకోవడం. సాధారణ జ్ఞానంతో పోలిస్తే, జ్ఞాపకాల వలయం అనేది అంతులేనిది, అంతర్దృష్టిని తీసుకురాదు. ఇది తాత్కాలికంగా సమస్య-పరిష్కారంగా భావించినప్పటికీ వాస్తవానికి దేనినీ మెరుగుపరచదు.
- "మీ ఆలోచనలను సవాలు చేయడం" అవసరం లేదు. మరింత అనుభవపూర్వకమైన ఎగవేత, ప్రతిఘటనను మాత్రమే చూపిస్తుంది. బదులుగా, ఒక ఆలోచన ఉపయోగకరంగా ఉందా? అది మీ విలువలకు అనుగుణంగా లక్ష్యాలను సాధించడంలో మీకు సహాయపడుతుందా? అని చూసుకోండి. కరుణ, క్షమాపణ మరియు 3M వ్యూహం (కలుసుకోవడం (Meet), తయారు చేయడం (Make), తరలించడం (Move) కూడా జ్ఞాపకాల వెల్లువ నుండి మిమ్మల్ని మీరు శక్తివంతం చేసుకోవడానికి గొప్ప వ్యూహాలు.
- ఒత్తిడి నిర్వహణ కోసం నాలుగు A's అనే మంత్రం ఉంది. ఇవి నివారించడం (Avoid), మార్చడం (Alter), అంగీకరించడం (Accept), స్వీకరించడం (Adapt). విషయాలను నివారించడం అంటే మీరు నియంత్రించలేని వాటి నుండి దూరంగా నడవడం. కొన్ని విషయాలు శ్రమకు తగినవి కావు. మన పరిసరాల నుండి పూర్తిగా తీసివేయబడతాయి. అయినప్పటికీ, మనం దానిని నివారించలేకపోతే, ఒత్తిడిని

తొలగించడానికి మన వాతావరణాన్ని ఎలా మార్చుకోవాలో నేర్చుకోవాలి. మనం మన వాతావరణాన్ని మార్చలేకపోతే, దానిని అంగీకరించడం తప్ప మనకు వేరే మార్గం లేదు. చివరగా, మనం పరిస్థితి గురించి పెద్దగా ఏమీ చేయలేకపోతే, మనం దానికి అనుగుణంగా ఉండాలి. అంటే దానిని మనం కలుపుకోవాలి. ఒత్తిడిని ఎలా ఎదుర్కోవాలో నేర్చుకోవాలి. అది మనకు నష్టపరిచే సామర్థ్యాన్ని కనిష్ట స్థాయికి తగ్గించాలి.

అధ్యాయము 3: మేథో పునః నిర్మాణ కళ

- ఒకసారి మనం మన అంగీకారంలో దృఢంగా ఉన్న తర్వాత, "స్వీయ పరిశీలన" గురించి తెలుసుకుంటే, మన అభిజ్ఞా వైకల్యాలు, అంచనాలు, అంతర్గత కథలు, కథనాలు, ఊహలు, పక్షపాతాలను పునరాలోచించడం ప్రారంభించవచ్చు. మనం వాటిని ఖచ్చితంగా సవాలు చేయము. కానీ మనం స్పృహతో ఎంచుకునే ప్రత్యామ్నాయాల కోసం వీలును కల్పిస్తాము.
- ముందుగా మనం ఆలోచించే విధానం గురించి తెలుసుకోవడం ద్వారా, గతంలో అలవాటుగా, అచేతన స్థితిలో ఉన్న వాటిపై చైతన్యాన్ని ప్రకాశింపజేయడం ద్వారా మేథో పునః నిర్మాణాన్ని అభ్యసించవచ్చు. మనం మన దృక్కోణాన్ని మార్చగలిగినప్పుడు, మన స్వీయ-భావనను సున్నితంగా మార్చగలిగినప్పుడు, మనం భిన్నంగా ఆలోచించడం, అనుభూతి చెందడం, ప్రవర్తించడం ప్రారంభిస్తాము. ఈ మార్పు పైపైన జరిగేది కాదు, అలాగని కేవలం "సానుకూల ఆలోచన" కాదు.
- అవగాహన తర్వాత, మనం మన ఆలోచనలను సర్దుబాటు చేయవచ్చు. వివాదం చేయవచ్చు లేదా అమోదించవచ్చు. స్పృహతో ప్రత్యామ్నాయాలను ఎంచుకోవచ్చు. అప్పుడు మన నిజ జీవితంలో ఈ ప్రత్యామ్నాయాలను ఉపయోగంలో ఉంచుకోవచ్చు. మనల్ని మనం నిర్ధారించుకోవడం, ఏదైనా సరిదిద్దుకోవడం లేదా "నిజం" కనుగొనడం అవసరం లేదు.

బదులుగా మన గాఢమైన విలువల ప్రకారం మన లక్ష్యాలను సాధించడంలో అవి ఎంత ఉపయోగకరంగా ఉన్నాయో దాని ప్రకారం మన ఆలోచనలను అంచనా వేయాల్సి ఉంటుంది.

- రెండు వరుసల సాంకేతికత అనేది ప్రతికూల ఆలోచనలను నెమ్మదించడం, స్వయంచాలకంగా కలిగే ప్రతికూల ఆలోచనలను గుర్తించడం, వాటిని స్పృహతో పునర్నిర్మించడంలో మనకు సహాయపడుతుంది. దీనికి ఓపిక, ధైర్యం, కరుణ మరియు ఉత్సుకత అవసరం. అనవసరమైన ఆలోచనలు, విపత్తు కలిగించడం, మనస్సును చదవడం, భవిష్యత్తును అంచనా వేయడానికి ప్రయత్నించడం, సాధారణీకరణలు చేయడం లేదా తీవ్ర ప్రతికూల అంచనాల కోసం చూడండి. ఈ ఆలోచనలను పునరావృతం చేయండి. వాటిని ఉపయోగకరమైన చర్యగా ఎలా మార్చవచ్చో కూడా పరిగణించండి.
- మేథో పునః నిర్మాణం కోసం లెక్కలేనన్ని పద్ధతులు ఉన్నాయి, కానీ అవన్నీ అవగాహనతో ప్రారంభమవుతాయి. అలాగే, ప్రత్యామ్నాయాలను నిజంగా అలరించాలనే మన సుముఖతతో ముగుస్తాయి. మనం సోక్రటిక్ ప్రశ్నలను (ఊహలు, నమ్మకాల కోసం సాక్ష్యాలను అడుగుతూనే ఉండండి, ఎందుకు? అని అడుగుతూనే ఉండండి), గైడెడ్ ఇమేజరీ (ప్రత్యామ్నాయాలను రిహార్సల్ చేయడానికి లేదా రూపొందించడానికి), పుస్తకంలో రాసి ఉంచడం (ఆలోచనలను తగ్గించడానికి మరియు ప్రత్యామ్నాయాలతో ఆడుకోవడానికి) వంటివి "అయితే ఏమిటి?" (విపత్తును దాని తార్కిక ముగింపుకు అనుసరించండి, అసౌకర్యం, వైఫల్యం లేదా అనిశ్చితి నిజంగా చెడ్డదా అని చూడండి).
- మేథో పునః నిర్మాణం అనేది సానుకూల ఆలోచనా ప్రక్రియ. అందువల్ల, తక్కువ ఆందోళనతో కూడిన దృక్పథాన్ని, మనస్తత్వాన్ని పెంపొందించడంలో మనకు సహాయపడుతుంది.

అధ్యాయం 4: మన దగ్గర ఉన్నది "వర్తమానం"

- భయము, ఆందోళన, జ్ఞాపకాలు, ఆందోళన, అతిగా ఆలోచించడం అనేది జీవితం గురించి మనకు ఉన్న అంతర్గత మానసిక కథనాలతో అతిగా గుర్తించడం నుండి ఉత్పన్నమవుతుంది, ఇవి తరచుగా అభిజ్ఞా వైకల్యాలు, పక్షపాతాలు, భ్రాంతికరమైన అంచనాలు, భయాలు వంటి పూర్తిగా అహేతుకతతో నిండి ఉంటాయి. మన మెదడు గతంలో లేదా భవిష్యత్తులో ఒత్తిడితో కూడిన మానసిక కార్యకలాపాలను సూచించగలదు, కానీ వాస్తవం, నెమ్మది, ప్రశాంతత ఒకే చోట మాత్రమే ఉంటాయి: వర్తమానం.
- మన దగ్గర ఉన్నది ఇప్పుడే. వర్తమానంలో లొంగిపోవడం, అంగీకారం, ప్రశాంతమైన అవగాహన అంటే మనం నిష్క్రియంగా ఉన్నామని లేదా వదులుకుంటున్నామని కాదు – మనం పని చేయగలిగితే, చేస్తాము. చేయలేకపోతే, అంగీకరిస్తాము. ఆందోళన లేదా పుకార్లు అవసరం లేదు. ఆందోళన, అతిగా ఆలోచించడం వల్ల మనకు సమస్యలు పరిష్కారం కావు. అవి మనకు ఏ విధంగానూ సహాయపడవు అని గుర్తుంచుకోండి. మనం పరుగెత్తటం, ప్రతిదీ నియంత్రించాలని మన మెదడు ఒప్పించినప్పటికీ.
- ప్రస్తుత క్షణంతో సుఖంగా ఉండటం అంటే సహనం, వినయం, హాస్యం, అనిశ్చితిని సహించడం, క్షణానికి విముఖతతో ఉండటం లేదా ప్రతిఘటించడం కంటే దానికి ప్రతిస్పందనే సౌలభ్యం.
- నొప్పి అనివార్యం, నశ్వరమైనది. కానీ బాధ నొప్పికి మన ప్రతిస్పందనలో ఉంటుంది. నివారించదగినది. మనం నొప్పిని ఎదిరించడం ద్వారా, దాని గురించి కథలు చెప్పడం లేదా పదేపదే గతం నుండి క్షణంలోకి లాగడం ద్వారా నొప్పిని అంటిపెట్టుకుని ఉంటే, మన కోసం మనం బాధలను సృష్టించుకుంటాము. ప్రశాంతంగా, చురుకైన వ్యక్తులు నొప్పిని అంగీకరిస్తారు. దానిని దాటనివ్వండి మరియు అనవసరమైన బాధలలో చిక్కుకోవడానికి తమను తాము అనుమతించవద్దు.

- మీ భౌతిక శరీరం, మీ పంచేంద్రియాలు మరియు మీ చేతన అవగాహన ప్రస్తుత క్షణంలో యాంకర్‌లు. మీరు శరీరం ద్వారా ప్రస్తుత క్షణంలో యాంకర్ చేసినప్పుడల్లా మీరు ఎక్కడైనా కాకుండా 'ఇక్కడ మరియు 'ఇప్పుడు' ఉండవచ్చు. మీ శరీరాన్ని (శారీరక శ్రమ వంటివి) కదిలించడం ద్వారా ఇప్పటికీ బిజీగా ఉన్న మనస్సు, లేదా వేగాన్ని తగ్గించడానికి మరియు మళ్లీ వర్తమానానికి కనెక్ట్ అవ్వడానికి ఇంద్రియ ధ్యానం చేయండి.

అధ్యాయము 5: నలుపు లేదు, తెలుపు లేదు

- ఆందోళన మరియు అతిగా ఆలోచించడం తరచుగా మనల్ని, ఇతరులను, పరిస్థితులను మరియు జీవితాన్ని అంచనా వేసుకునే మన ధోరణి నుండి వస్తుంది. నలుపు-తెలుపు అని లేబుల్ చేయడం, విమర్శించడం లేదా ఉపయోగించడం వంటివి మనం తగ్గించుకోగలిగితే, మనం-వ్యతిరేకంగా-వాళ్ళ ఆలోచనను తగ్గించగలిగితే, అప్పుడు మనం ఉద్రిక్తత మరియు ఆందోళనను తగ్గించవచ్చు మరియు కరుణ మరియు అంగీకరించే సామర్థ్యాన్ని పెంచుకోవచ్చు.
- తక్కువ నిర్ణయాత్మకంగా ఉండాలంటే, మన జ్ఞాపకాలు, కథలు, వివరణలు లేదా వారి గురించిన తీర్పులకు అతుక్కోకుండా, ప్రజలు (మనతో సహా) నిజంగా ఎలా ఉన్నారనే దానిపై దృష్టి పెట్టవచ్చు. ప్రజల తాత్కాలిక ప్రవర్తన వారి సంపూర్ణమైన, మార్పులేని సారాంశంతో సమానం కాదు!
- మన నిర్ణయాత్మక అంతర్గత కథనాలను వదిలివేయడానికి, మన దృష్టిని "కేవలం వాస్తవాలు" వైపుకు మళ్లించవచ్చు. తీర్పు మరియు విభజన భాష లేకుండా, సంఘర్షణ లేదని, ఉన్నదానితో యుద్ధానికి వెళ్లవలసిన అవసరం లేదని గ్రహించవచ్చు.
- ఊహించవద్దు, అర్థం చేసుకోవద్దు, ఆశించవద్దు లేదా మనస్సుతో ఊహించ వద్దు. బదులుగా, ప్రస్తుత క్షణంలో ఉండండి మరియు ఉన్న దానిని ఉన్నట్లుగా గ్రహించండి.

- మనలో చాలామంది మనపై మనం తీర్పు యిచ్చుకుంటాం. ఎందుకంటే మనం ఏది ఉండాలో, ఎలా ఉండాలో దాని మధ్య పోలికలు చేస్తాము. స్వీయ-అంగీకారం, ప్రశాంతతకు కీలకం ఏమిటంటే, మన ఆదర్శ స్వభావాన్ని, మనం వాస్తవంగా ఎలా ఉన్నామో దానిని అంగీకరించడం. మనం గమనించవచ్చు, మన అనుభవం, అది ఏమైనా. ఇది విజయం, అహం లేదా ఆత్మగౌరవానికి మించిన లోతైన ప్రశాంతతనూ, విశ్వాసాన్ని తెస్తుంది.
- ద్వంద్వత్వం లేని బౌద్ధ భావన, బాధ అనేది వాస్తవికత యొక్క భ్రాంతికరమైన విభజన నుండి వస్తుందని బోధిస్తుంది, ఇది వ్యతిరేకతలను కలిగి ఉన్నప్పటికీ, దానితో యుద్ధం లేదు. జీవితంలోని ప్రతిదాని యొక్క సంపూర్ణతను, అనుసంధానాన్ని మనం అభినందించినప్పుడు, తీర్పులో కూర్చోవడానికి, మంచి మరియు చెడు వర్గాలుగా విభజించడానికి లేదా ఖచ్చితమైన ప్రకటనలు చేయడానికి మనం తక్కువ శోధించబడతాము. ప్రతిఘటన లేదా సమస్య-పరిష్కార మోడ్‌లోకి వెళ్లకుండా తేడా, అనిశ్చితిని "పట్టుకోగలము".
- మనలో మనం తీర్పును గమనించినట్లయితే, తక్కువ విభజన భాషను ఉపయోగించడం ద్వారా లేదా మనకు వ్యతిరేకంగా మనం నటిస్తున్న వ్యక్తుల మధ్య సారూప్యతలను చురుకుగా వెతకడం ద్వారా దానిని రద్దు చేయవచ్చు.

అనువాదకుని గురించి

ఆకురాతి భాస్కర్ చన్ ద్ర, కామర్స్ లోనూ, న్యాయశాస్త్రం లోనూ పట్టభద్రులు, తెలుగు సాహిత్యం, సామాజిక శాస్త్రాలలో స్నాతకోత్తర పట్టభద్రులు. Indian Institute of Bankers లో సర్టిఫైడ్ అసోసియేట్. 36 సంవత్సరాలు బ్యాంకింగ్ రంగంలో అధికారిగా, అనేక రాష్ట్రాలలో, వివిధ సేవలు అందించారు. ఆయన 70 కి పైగా కథలు, 20 కి పైగా నవలలు, రేడియో నాటకాలు రాసారు. ఆయనకు అత్యంత ఇష్టమైన ప్రక్రియ "నాటకం". నాటక రచయితగా 20 నాటకాలు, 40 నాటికలు రచించారు. ఆంధ్రప్రదేశ్ ప్రభుత్వం వారు నిర్వహించే నంది నాటకోత్సవాలలో మూడుసార్లు ఉత్తమ రచయితగా నంది బహుమతులు అందుకున్నారు. మిగిలిన వివిధ విభాగాలలో ఆయన నాటకాలకు మరో 15 నంది బహుమతులు దక్కించుకున్నారు. "వామన వృక్షం" రేడియో నాటకం ఆల్ ఇండియా రేడియో వారు నిర్వహించిన జాతీయ నాటక ఉత్సవాలలో ఉత్తమ నాటకంగా ఎన్నిక కాబడి ఏకకాలంలో 15 భాషల్లో ప్రసారం చేయబడింది. పొట్టి శ్రీరాములు తెలుగు విశ్వవిద్యాలయం నుండి ప్రతిభా పురస్కారాన్ని, 2012 ప్రపంచ తెలుగు మహాసభలలో నాటక రంగ పురస్కారాన్ని అందుకున్నారు. నాటక రచయితగా, దర్శకుడిగా వందలకొద్దీ పురస్కారాలను అందుకున్నారు. శ్రీ దేవదాస్ కనకాల మాస్టార్ గారి దర్శకత్వంలో కొన్ని టీవీ సీరియళ్లకు, డాక్యుమెంటరీలకు రచన, స్క్రీన్ ప్లే అందించారు. కొన్ని లఘు చిత్రాలకు స్క్రిప్ట్ సమకూర్చారు. వాటిలో రెండు లఘు చిత్రాలు బహుమతులు అందుకున్నాయి. చిత్రలేఖనం కూడా ఇష్టపడే యీయన రవీంద్రనాథ్ ఠాగూర్ "గీతాంజలి" పద్యాలకు, పత్రికలలో పెన్ డ్రాయింగ్స్ గీసారు. ఆంధ్రప్రదేశ్, కృష్ణాజిల్లా, గుడివాడలో పుట్టి పెరిగి, విజయవాడలో కాలేజీ చదువు, మద్రాస్ నగరంలో సినీ జర్నలిస్ట్ గా కొంతకాలం గడిపిన రచయిత ప్రస్తుతం హైద్రాబాద్ స్థిర నివాసంగా చేసుకున్నారు.

a.bhaskarchandra@gmail.com